Impressum
Verlag: BABADADA GmbH, Nedderfeld 112 , 22529 Hamburg
Geschäftsführer / Verlagsleitung: Harald Hof
Druck: Books on Demand GmbH, In de Tarpen 42, 22848 Norderstedt

Imprint
Publisher: BABADADA GmbH, Nedderfeld 112 , 22529 Hamburg, Germany
Managing Director / Publishing direction: Harald Hof
Print: Books on Demand GmbH, In de Tarpen 42, 22848 Norderstedt

ishuri

de school

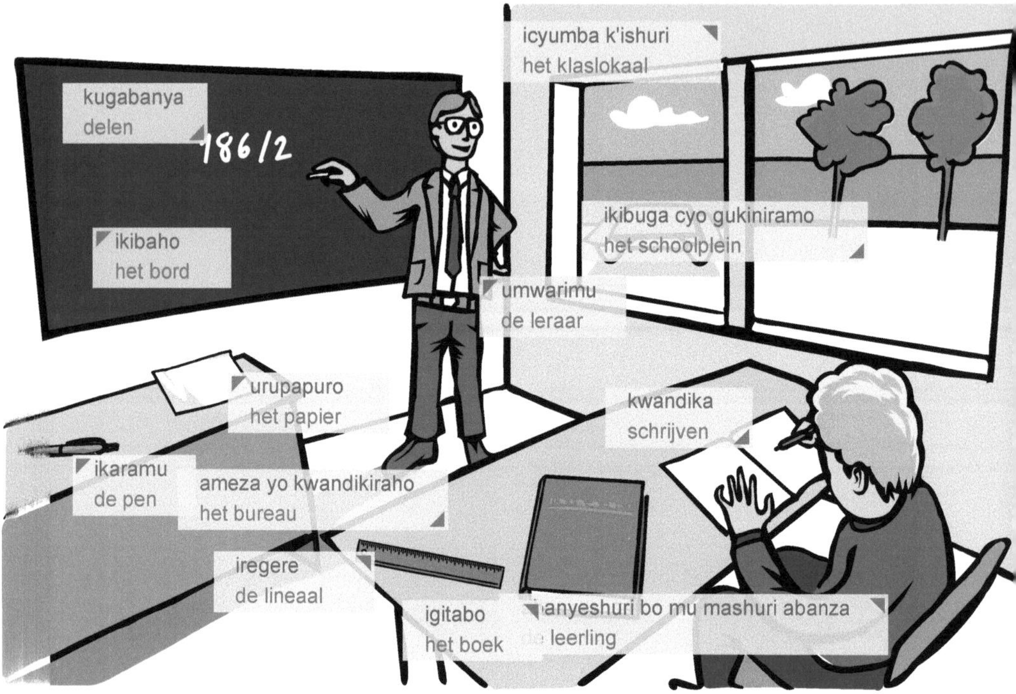
icyumba k'ishuri
het klaslokaal
kugabanya
delen
186/2
ikibaho
het bord
ikibuga cyo gukiniramo
het schoolplein
umwarimu
de leraar
urupapuro
het papier
kwandika
schrijven
ikaramu
de pen
ameza yo kwandikiraho
het bureau
iregere
de lineaal
igitabo
het boek
anyeshuri bo mu mashuri abanza
leerling

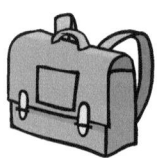

agahago k'ishuri

de schooltas

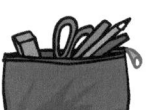

agasanduku k'amakaramu y'igiti

de etui

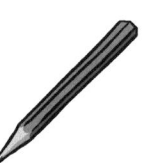

ikaramu y'igiti

het potlood

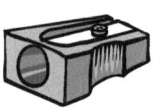

tayekereyo

de puntenslijper

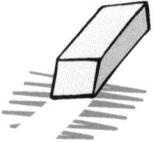

igome

de gum

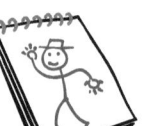

ikayi yo gushushanya

het schetsblok

igishushanyo

de tekening

uburoso bwo gusigisha

het penseel

agasanduku k'amarangi y'amabara

de verfdoos

umukasi

de schaar

kore

de lijm

ikayi y'imyitozo

het schrift

umukoro w'imuhira

het huiswerk

umubare

het getal

guteranya

optellen

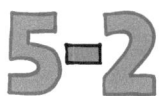

gukuramo

aftrekken

gukuba

vermenigvuldigen

kubara

rekenen

ibaruwa

de letter

inyuguti uko zikurikirana

het alfabet

ijambo

het woord

umwandiko

de tekst

gusoma

lezen

ingwa

het krijt

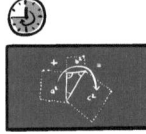

isomo

de les

igitabo cyo
kwiyandikishamo

het klassenboek

ikizami

het examen

impamyabumenyi

het diploma

umwambaro w'ishuri

het schooluniform

uburezi

de opleiding

inkoranyamagambo

de encyclopedie

kaminuza

de universiteit

mikorosikope

de microscoop

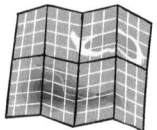

ikarita

de kaart

pubere

de prullenmand

urugendo
de reis

hoteli
het hotel
Grand
inzu y'amacumbi
het hostel
ROOMS
ku muvunjayi
het wisselkantoor
EXCHANGE
ivarisi
de koffer
imodoka
de auto

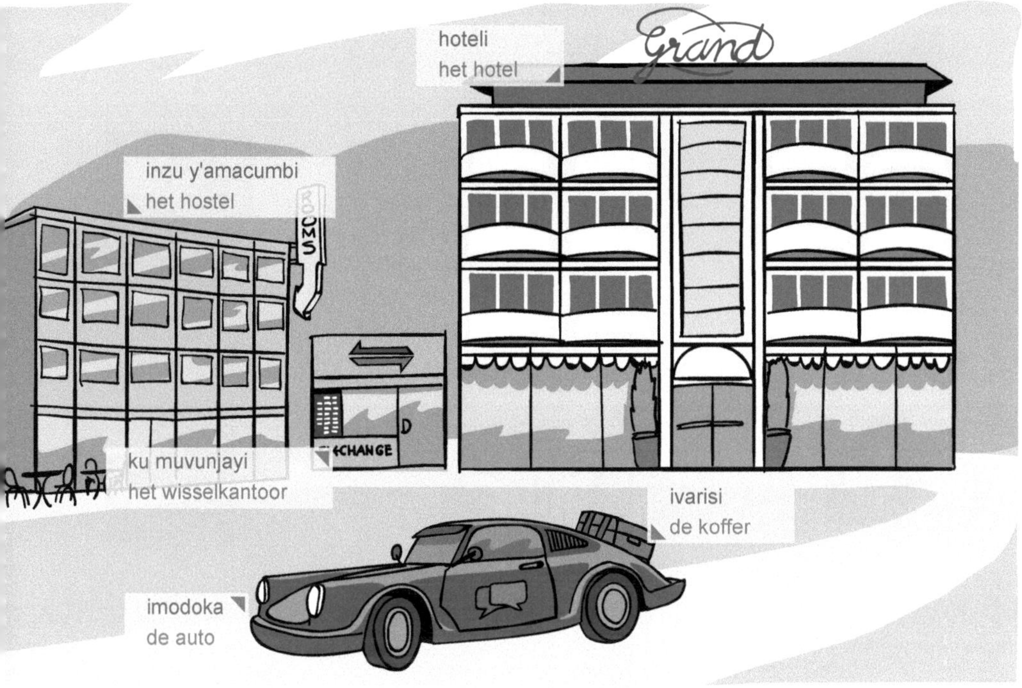

ururimi

de taal

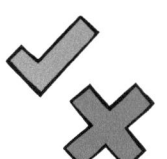

yego / oya

ja / nee

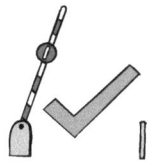

Yego

oké

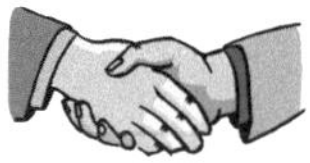

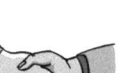

bite

Hallo!

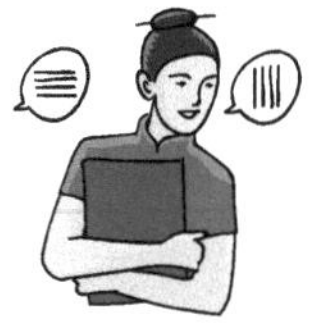

umusemuzi

de tolk

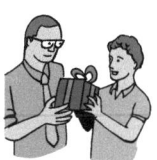

Murakoze

Bedankt.

ni angahe…?

Wat kost …?

Sinsobanukiwe

Ik begrijp het niet.

ikibazo

het probleem

wiriwe!

Goedenavond!

Waramutse

Goedemorgen!

Ijoro ryiza

Goedenacht!

bayi

Tot ziens!

ikerekezo

de richting

imizigo

de bagage

igikapo

de tas

igikapo baheka

de rugzak

umushyitsi

de gast

icyumba

de kamer

agafuko baryamamo

de slaapzak

ihema

de tent

amakuru y'ahasurwa na ba mukerarugendo

het VVV-kantoor

ku musenyi wo ku mazi

het strand

ikarita ya banki

de creditkaart

ifunguro ryo gusamura

het ontbijt

ifunguro rya ku manywa

de lunch

ifunguro rya nimugoroba

het diner

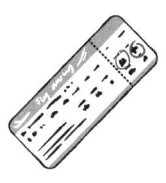

itike

het kaartje

asanseri

de lift

itembure

de postzegel

umupaka

de grens

gasutamo

de douane

ambasade

de ambassade

viza

het visum

pasiporo

het paspoort

gutwara abantu n'ibintu

het transport

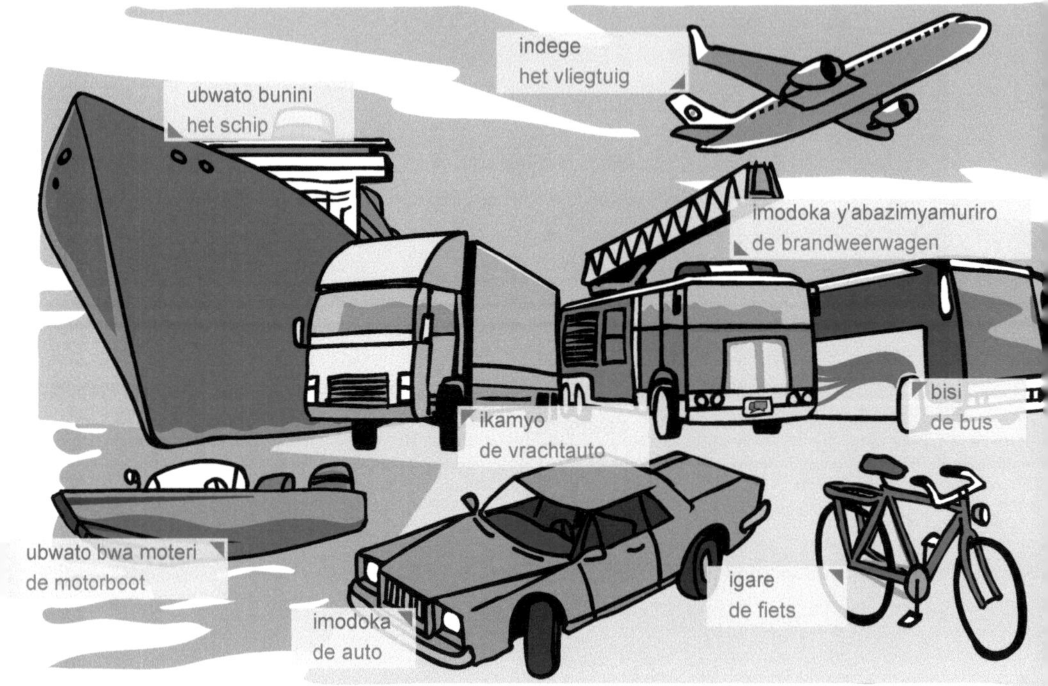
indege
het vliegtuig
ubwato bunini
het schip
imodoka y'abazimyamuriro
de brandweerwagen
bisi
de bus
ikamyo
de vrachtauto
ubwato bwa moteri
de motorboot
igare
de fiets
imodoka
de auto

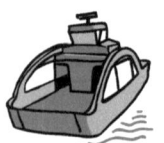

ubwato bwambutsa imizigo n'abantu

de veerboot

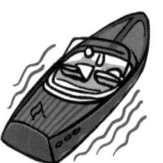

ubwato

de boot

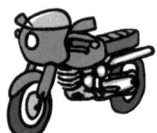

ipikipiki

de motorfiets

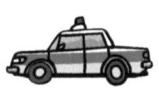

imodoka ya polisi

de politiewagen

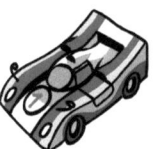

imodoka ya kuruse

de raceauto

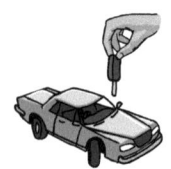

imodoka ikodeshwa

de huurauto

gusangira imodoka

de carsharing

imodoka iterura izindi

de takelwagen

imodoka iyora imyanda

de vuilniswagen

moteri

de motor

lisansi

de benzine

sitasiyo ya lisansi

de benzinepomp

cyapa kiyobora imodoka

het verkeersbord

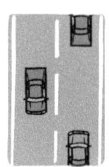

urujya n'uruza rw'imodoka

het verkeer

ambuteyaje

de file

parikingi y'imodoka

de parkeerplaats

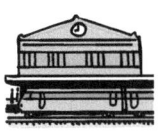

gare ya gariyamoshi

het station

inzira ya gariyamoshi

de rails

gariyamoshi

de trein

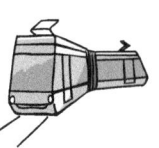

bisi ikoresha
amashanyarazi

de tram

agatete k'imizigo gakururwa
n'imodoka

de wagon

kajugujugu

de helikopter

ikibuga k'indege

de luchthaven

umunara

de toren

umugenzi

de passagier

konteneri

de container

ikarito

de verhuisdoos

akagorofani ko mu iduka

de kar

agaseke

de mand

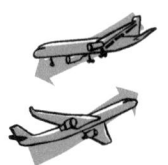

kuguruka / kururuka

opstijgen / landen

umugi

de stad

umudugudu

het dorp

mu mujyi rwagati

het stadscentrum

inzu

het huis

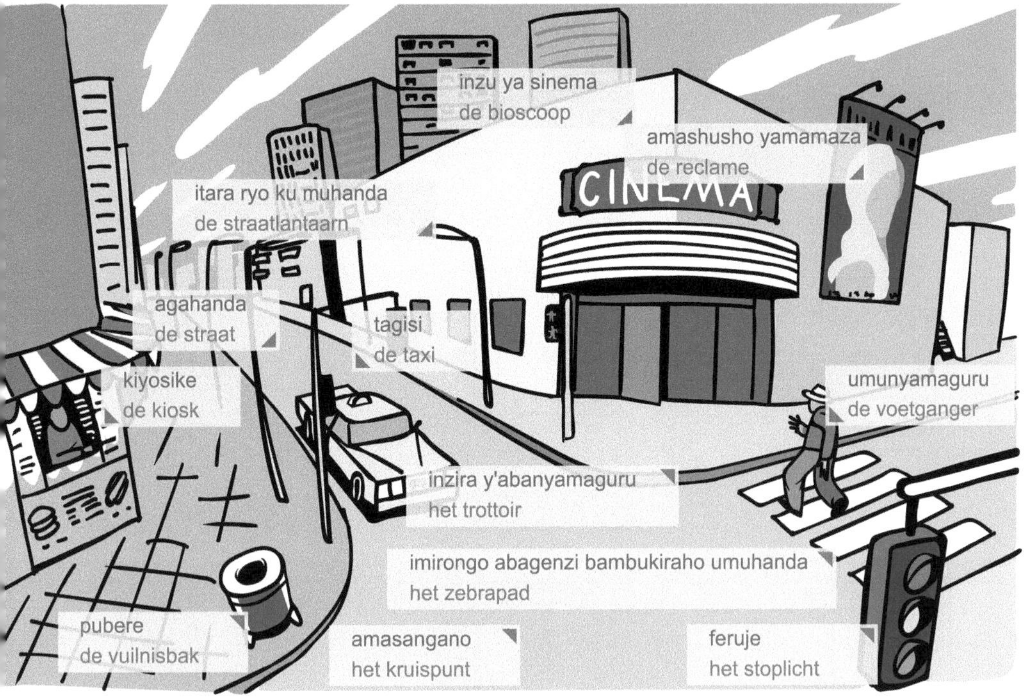

inzu ya sinema
de bioscoop

amashusho yamamaza
de reclame

itara ryo ku muhanda
de straatlantaarn

CINEMA

agahanda
de straat

tagisi
de taxi

kiyosike
de kiosk

umunyamaguru
de voetganger

inzira y'abanyamaguru
het trottoir

imirongo abagenzi bambukiraho umuhanda
het zebrapad

pubere
de vuilnisbak

amasangano
het kruispunt

feruje
het stoplicht

akaruri

de hut

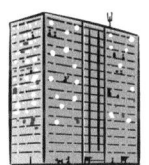

inzu ifatanye n'izindi

het appartement

gare ya gariyamoshi

het station

ibiro bya meya

het stadhuis

inzu ndangamurage

het museum

ishuri

de school

kaminuza

de universiteit

banki

de bank

ibitaro

het ziekenhuis

hoteli

het hotel

farumasi

de apotheek

ibiro

het kantoor

inzu bagurishirizamo ibitabo

de boekenwinkel

iduka

de winkel

umucuruzi w'indabo

de bloemenwinkel

amangazini manini

de supermarkt

isoko

de markt

idepo

het warenhuis

umucuruzi w'amafi

de visboer

iduka rinini

het winkelcentrum

icyambu

de haven

parike

het park

intebe y'urubaho

de bank

iteme

de brug

amadarajya

de trap

inzira yo munsi y'ubutaka

de metro

umuhanda wo munsi y'ubutaka

de tunnel

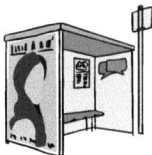

icyapa cya bisi

de bushalte

bare

de bar

resitora

het restaurant

agasanduku k'amabaruwa

de brievenbus

icyapa cyo ku muhanda

het straatnaambord

mubazi ya parikingi

de parkeermeter

zoo

de dierentuin

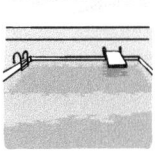

pisine

het zwembad

umusigiti

de moskee

ifamu

de boerderij

kwangiza umwuka

de vervuiling

irimbi

de begraafplaats

ikiriziya

de kerk

ikibuga k'imikino

de speelplaats

urusengero

de tempel

umurambi

het landschap

ikibabi
het blad

icyapa kiyobora
de wegwijzer

inzira
de weg

umukenke
de weide

ibuye
de steen

igiti
de boom

umuntu utembera mu misozi
de wandelaar

umugezi
de rivier

ibyatsi
het gras

indabo
de bloem

ikibaya

de vallei

agasozi

de berg

ikiyaga

het meer

ishyamba

het bos

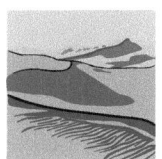

ubutayu

de woestijn

ikirunga

de vulkaan

ingoro

het kasteel

umukororombya

de regenboog

icyobo

de paddenstoel

ikigazi

de palmboom

umubu

de mug

isazi

de vlieg

intozi

de mier

uruyuki

de bij

igitagangurirwa

de spin

ikivumvuri

de kever

igikeri

de kikker

inkima

de eekhoorn

imbuni

de egel

urukwavu

de haas

igihunyira

de uil

inyoni

de vogel

igishuhe

de zwaan

isatura

het wild zwijn

ingeragere

het hert

impongo

de eland

urugomero

de stuwdam

igipanga kikaraga kikazana
umuyaga

de windmolen

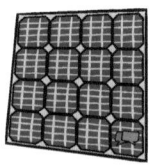

urubaho rukurura imirasire

het zonnepaneel

ikirere

het klimaat

resitora
het restaurant

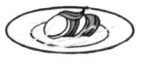

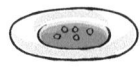

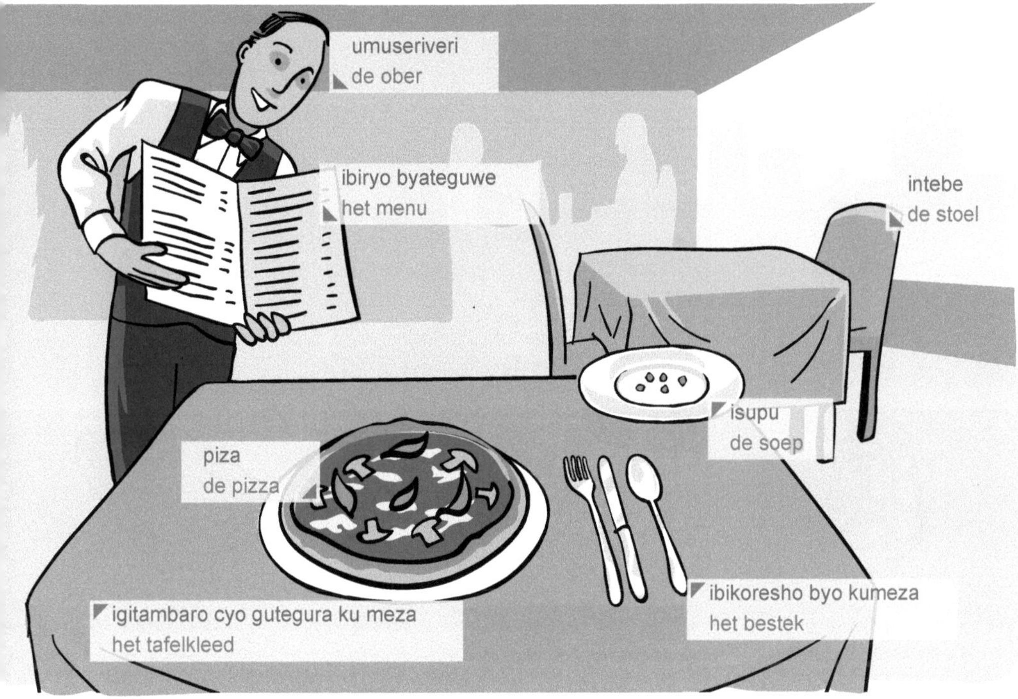

umuseriveri
de ober
ibiryo byateguwe
het menu
intebe
de stoel
isupu
de soep
piza
de pizza
ibikoresho byo kumeza
het bestek
igitambaro cyo gutegura ku meza
het tafelkleed

aperitifu

het voorgerecht

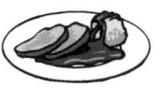

isahani nkuru

het hoofdgerecht

deseri

het toetje

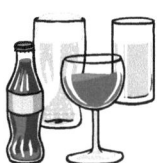

ibinyobwa

de dranken

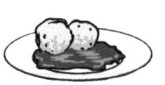

ibiribwa

het eten

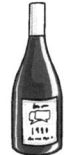

icupa

de fles

ibiryo barya bagenda

de/het fastfood

ibiryo byo kumuhanda

het eetkraampje

ibirika y'icyayi

de theepot

agakombe k'isukari

de suikerpot

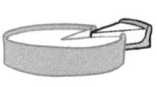

isahani y'ibiryo

de portie

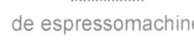

imashini y'ikawa ya esipereso

de espressomachine

intebe ndende

de kinderstoel

inyemezabuguzi

de rekening

ipurato

het dienblad

icyuma

het mes

ikanya

de vork

ikiyiko

de lepel

akayiko k'icyayi

de theelepel

seriviyete

het servet

ikirahure cyo kunywesha

het glas

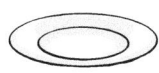

isahani

het bord

isahani y'isupu

het soepbord

agasutasi

de schotel

isosi

de saus

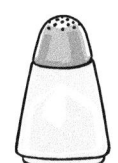

agacupa k'umunyu

het zoutvaatje

agasekuru k'urusenda

de pepermolen

vinegere

de azijn

amavuta

de olie

ibirunge

de kruiden

kecapu

de ketchup

mutaride

de mosterd

mayonezi

de mayonaise

amangazini manini

de supermarkt

igiciro kidasanzwe
de aanbieding
FOR
umukiriya
de klant
ibiva mu mata
de zuivelproducten
imbuto
het fruit
akagorofani ko mu iduka
de winkelwagen

BUTCHERS

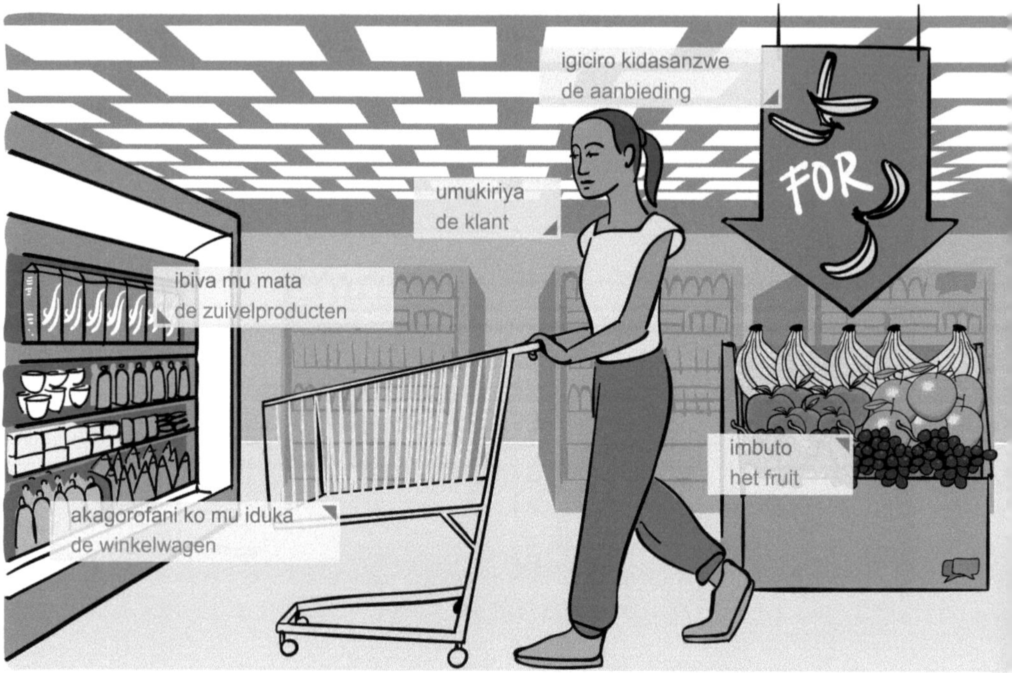

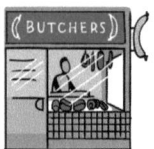

busheri

de slager

BAKERY

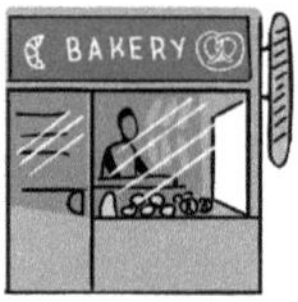

buranjeri

de bakkerij

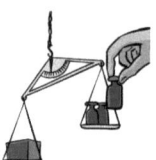

gupima ibiro

wegen

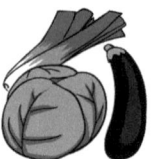

imboga

de groente

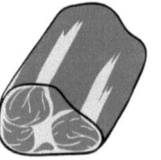

inyama

het vlees

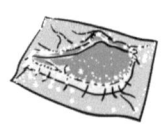

ibiryo bakonjesheje

de diepvriesproducten

inyama zikonje

de vleeswaren

ibiryo byo mu makopo

de conserven

isabune y'ifu

het wasmiddel

bombo

het snoepgoed

ibikoresho byo mu rugo

de huishoudelijke artikelen

imiti isukura

het schoonmaakmiddel

umucuruzikazi

de verkoopster

kukesa

de kassa

umubitsi

de kassier

urutonde rwo guhaha

het boodschappenlijstje

amasaha haba hafunguye

de openingstijden

ipotomoni

de portefeuille

ikarita ya banki

de creditkaart

umufuka

de tas

imifuko ya pulasitike

de plastic zak

amazi

het water

umutobe

het sap

amata

de melk

koka

de cola

divayi

de wijn

byeri

het bier

inzoga

de alcohol

shokora ishyushye

de chocolademelk

icyayi

de thee

ikawa

de koffie

ikawa ya esipereso

de espresso

kapucino

de cappuccino

umuneke

de banaan

pome

de appel

icunga

de sinaasappel

wotameloni

de watermeloen

indimu

de citroen

karoti

de wortel

tungurusumu

de knoflook

umugano

de bamboe

urutunguru

de ui

icyoba

de paddenstoel

ubunyobwa

de noten

amakaroni

de pasta

spageti

de spaghetti

umuceri

de rijst

salade

de salade

udufiriti

de friet

ibirayi by'ifiriti

de gebakken aardappelen

piza

de pizza

hamburugeri

de hamburger

sanduwici

de sandwich

escalope

de schnitzel

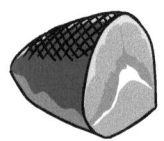

jambo

de ham

salami

de salami

sosiso

de worst

inkoko

de kip

kotsa

het gebraad

ifi

de vis

igikoma cy'uburo

de havermout

pisitashi

de muesli

impeke

de cornflakes

ifu

het meel

kuruwasa

de croissant

amandazi

de broodjes

umugati

het brood

umugati wumishijwe

de toast

ibisuguti

de koekjes

amavuta

de boter

forumaje year

de kwark

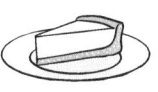

keke

de taart

igi

het ei

umureti

het gebakken ei

forumaje

de kaas

ayisikirimu

het ijs

isukari

de suiker

ubuki

de honing

konfitire

de jam

shokora

de chocoladepasta

kiri

de kerrie

ifamu
de boerderij

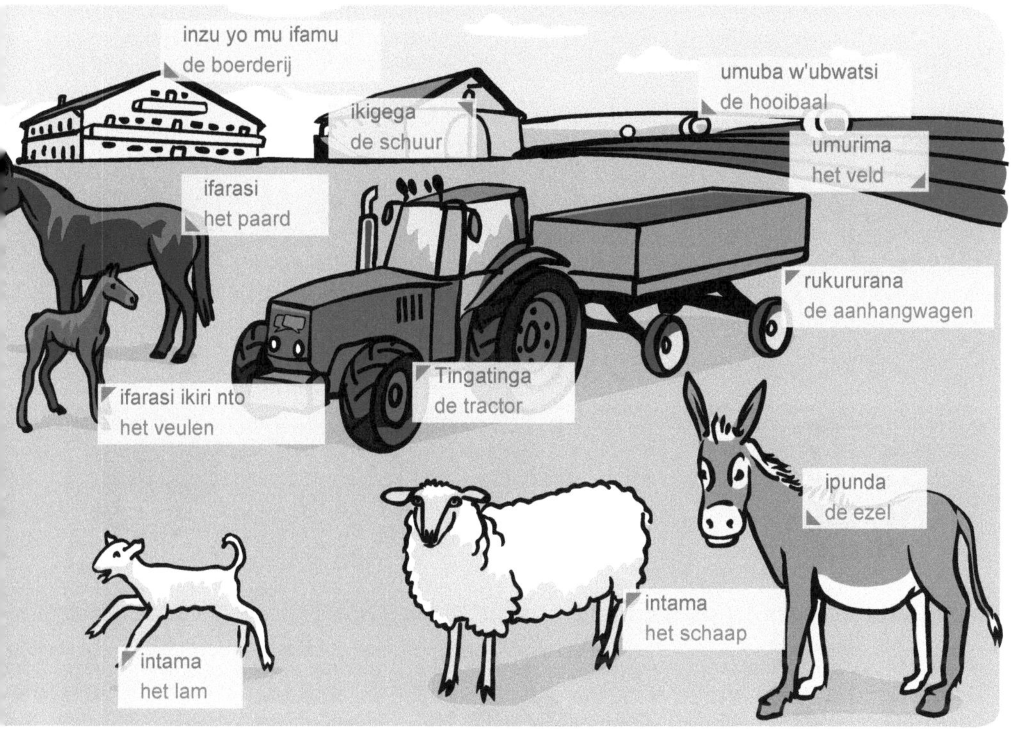

inzu yo mu ifamu
de boerderij
ikigega
de schuur
umuba w'ubwatsi
de hooibaal
umurima
het veld
ifarasi
het paard
rukururana
de aanhangwagen
Tingatinga
de tractor
ifarasi ikiri nto
het veulen
ipunda
de ezel
intama
het schaap
intama
het lam

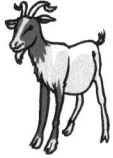

ihene

de geit

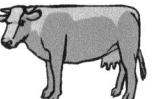

inka

de koe

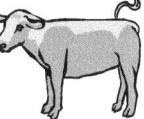

umutavu

het kalf

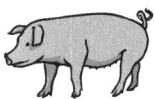

ingurube

het varken

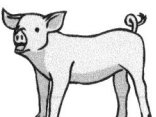

ikibwana k'ingurube

de big

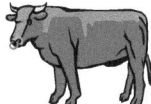

ikimasa

de stier

igishuhe

de gans

imbata

de eend

umushwi

het kuiken

inkokokazi

de kip

isake

de haan

imbeba

de rat

injangwe

de kat

imbeba

de muis

ikimasa

de os

imbwa

de hond

ikiruka

het hondenhok

itiyo ijyana mu karima

de tuinslang

arozuwari

de gieter

najuru

de zeis

imashini ihinga

de ploeg

najuru

de sikkel

isuka

de schoffel

rato

de hooivork

ishoka

de bijl

ingorofani

de kruiwagen

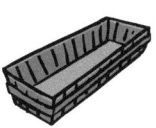

ikibumbiro

de trog

inkongoro

de melkbus

igunira

de zak

urugo

het hek

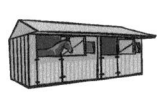

ikiraro

de stal

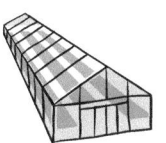

inzu ihingwamo

de broeikas

ubutaka

de grond

imbuto zo gutera

het zaad

ifumbire

de mest

imashini isarura

de maaidorser

gusarura

oogsten

umusaruro

de oogst

ibikoro

de yam

ingano

de tarwe

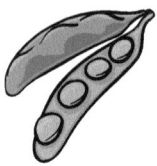

soya

de soja

ikirayi

de aardappel

ikigori

de maïs

umwayi weze

het koolzaad

igiti k'imbuto

de fruitboom

umwumbati

de maniok

impeke

de granen

inzu
het huis

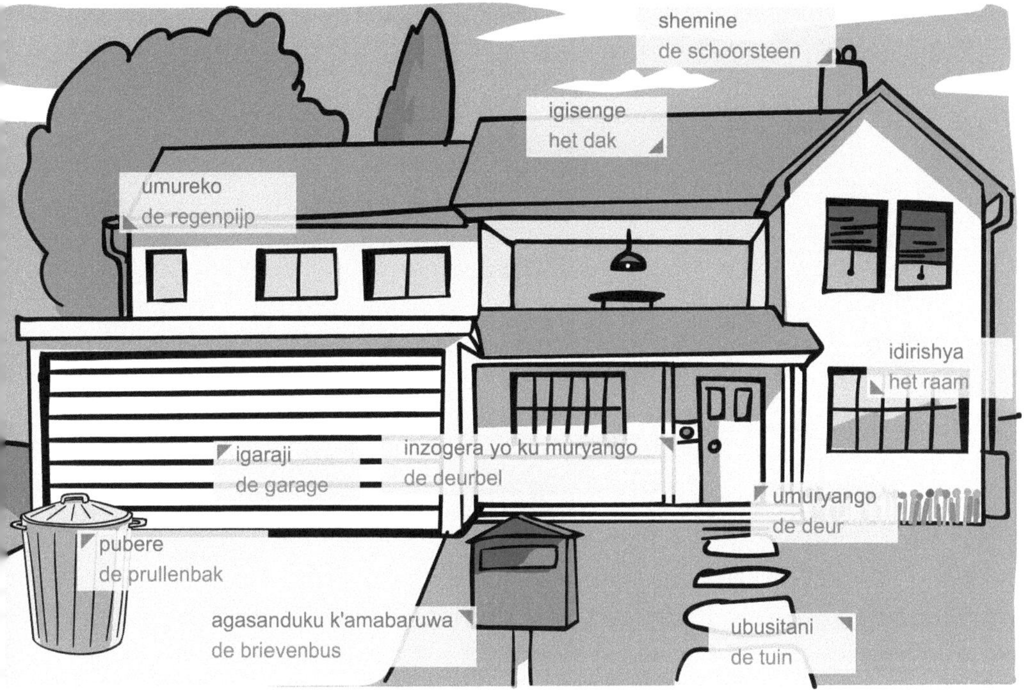
shemine
de schoorsteen
igisenge
het dak
umureko
de regenpijp
idirishya
het raam
igaraji
de garage
inzogera yo ku muryango
de deurbel
umuryango
de deur
pubere
de prullenbak
agasanduku k'amabaruwa
de brievenbus
ubusitani
de tuin

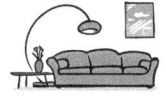

icyumba cy'uruganiriro

de woonkamer

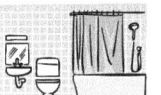

ubwogero

de badkamer

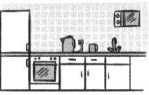

igikoni

de keuken

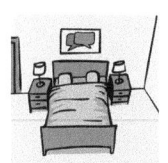

icyumba cyo kuraramo

de slaapkamer

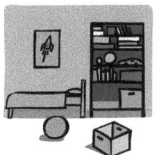

icyumba cy'abana

de kinderkamer

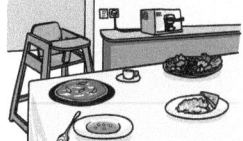

uburiro

de eetkamer

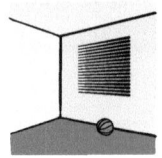

hasi

de vloer

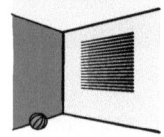

urukuta

de muur

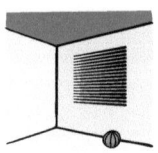

purafo

het plafond

kave

de kelder

sawuna

de sauna

urubaraza

het balkon

ku rubaraza

het terras

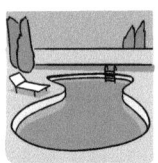

pisine

het zwembad

imashini ikupakupa

de grasmaaier

umwenda utwikira

het laken

kuvureri

de bedsprei

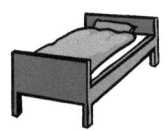

igitanda

het bed

umweyo

de bezem

indobo

de emmer

enteributeri

de schakelaar

icyumba cy'uruganiriro
de woonkamer

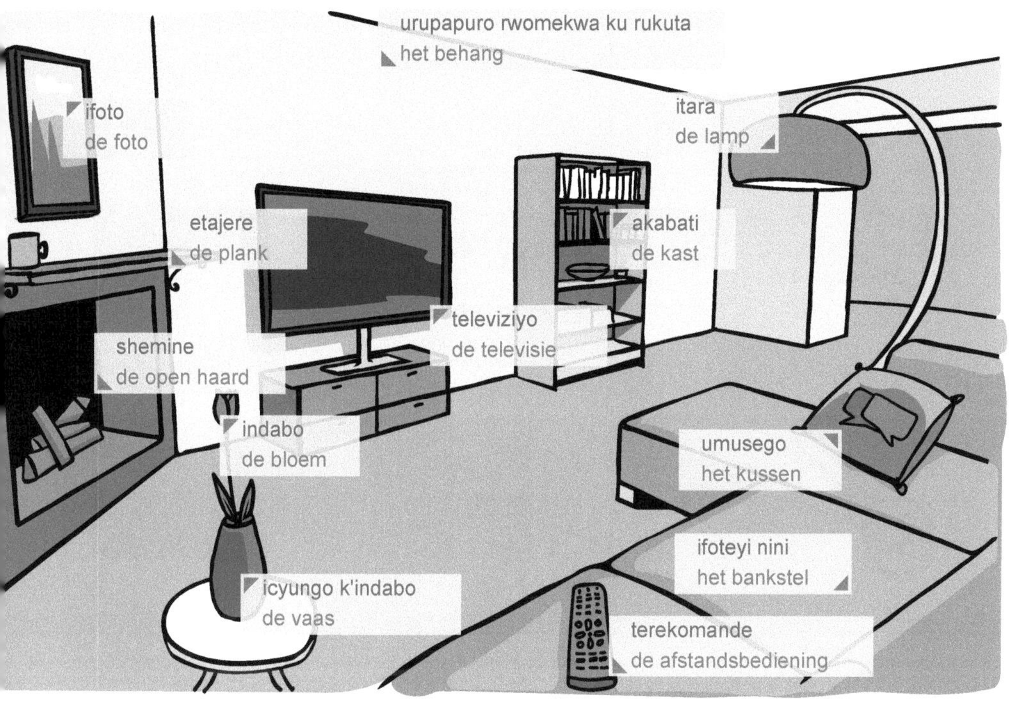

urupapuro rwomekwa ku rukuta
het behang
ifoto
de foto
itara
de lamp
etajere
de plank
akabati
de kast
televiziyo
de televisie
shemine
de open haard
indabo
de bloem
umusego
het kussen
ifoteyi nini
het bankstel
icyungo k'indabo
de vaas
terekomande
de afstandsbediening

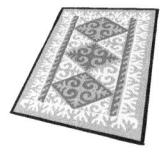

itapi

het tapijt

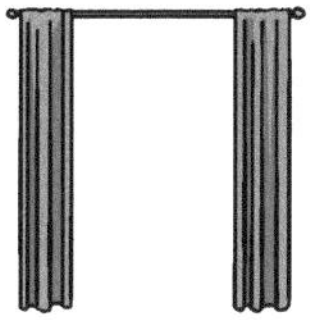

rido

het gordijn

ameza

de tafel

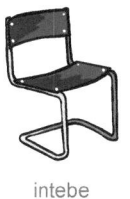

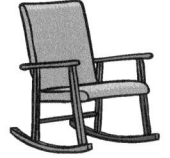

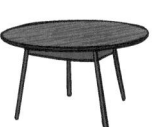

intebe

de stoel

intebe yizengurutsa

de schommelstoel

ifoteyi

de stoel

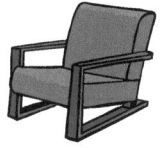

igitabo

het boek

uburingiti

de deken

umutako

de decoratie

inkwi

het brandhout

filimi

de film

ibikoresho bya hifi

de stereo-installatie

urufunguzo

de sleutel

ikinyamakuru

de krant

ishusho

het schilderij

icyapa

de poster

iradiyo

de radio

ikarine

het kladblok

umweyo wa kizungu
ukoresha umwka

de stofzuiger

ikimungu

de cactus

buji

de kaars

igikoni
de keuken

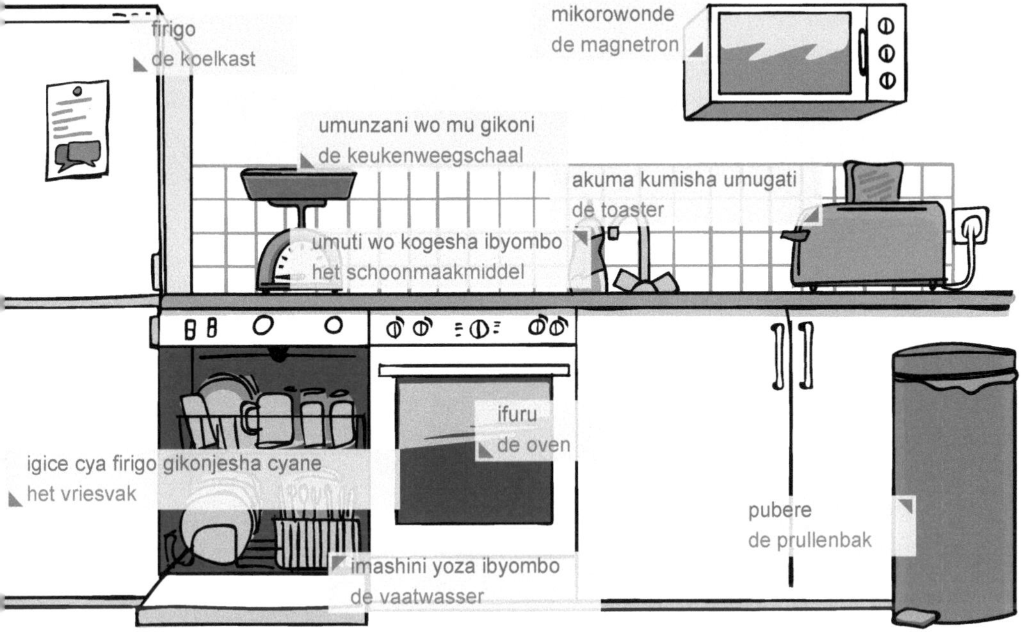

firigo
de koelkast
mikorowonde
de magnetron
umunzani wo mu gikoni
de keukenweegschaal
akuma kumisha umugati
de toaster
umuti wo kogesha ibyombo
het schoonmaakmiddel
ifuru
de oven
igice cya firigo gikonjesha cyane
het vriesvak
pubere
de prullenbak
imashini yoza ibyombo
de vaatwasser

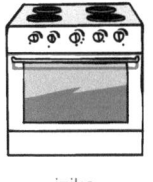

iziko
....
het fornuis

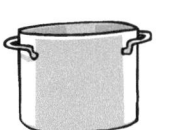

icyungo
....
de pan

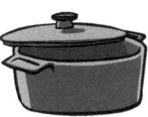

inkono y'icyuma
....
de gietijzeren pan

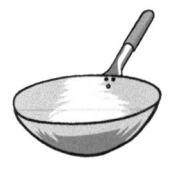

ipanu ifukuye cyane
....
de wok / kadai

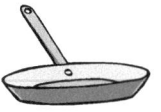

ipanu
....
de koekenpan

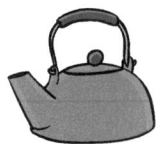

ibirika
....
de ketel

isafuriya ya peresiyo

de stoomkoker

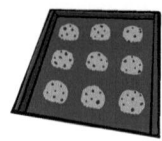

isahani yo mu ifuru

de bakplaat

ibyombo

het servies

igikombe

de beker

isorori

de kom

uduti abashinwa barisha

de eetstokjes

ikiyiko kigabura

de soeplepel

lkiyiko cyarura ifiriti

de spatel

umutozo

de garde

paswari

het vergiet

akayunguruzo

de zeef

agaharuzo ka karoti

de rasp

isekuru

de vijzel

icyokezo

de barbecue

shomine

de vuurhaard

akabaho ko gukatiraho
imboga

de snijplank

umwuko

de deegroller

urufunguzo rwa divayi

de kurkentrekker

agakopo

het blik

urufunguzo rw'amakopo

de blikopener

umukondo w'icyungo

de pannenlap

ravabo

de wasbak

uburoso

de borstel

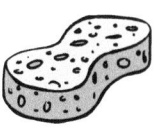

iponji

de spons

mixer

de blender

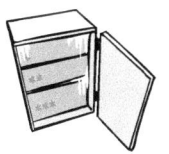

firigo itambitse

de vriezer

bibero

het babyflesje

robine

de kraan

ubwogero

de badkamer

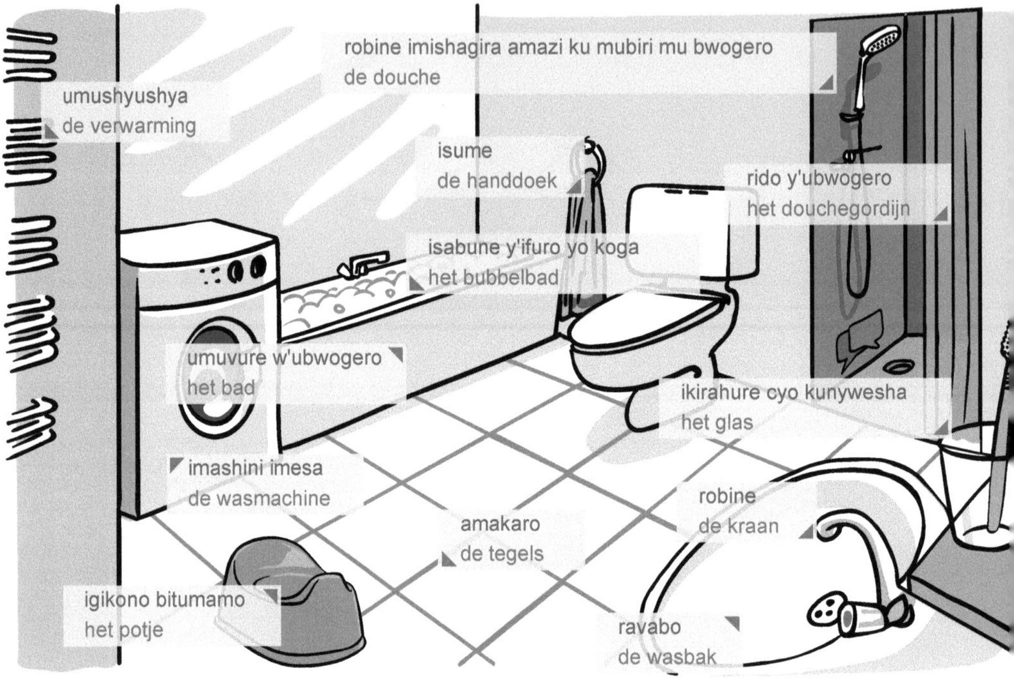

robine imishagira amazi ku mubiri mu bwogero
de douche

umushyushya
de verwarming

isume
de handdoek

rido y'ubwogero
het douchegordijn

isabune y'ifuro yo koga
het bubbelbad

umuvure w'ubwogero
het bad

ikirahure cyo kunywesha
het glas

imashini imesa
de wasmachine

robine
de kraan

amakaro
de tegels

igikono bitumamo
het potje

ravabo
de wasbak

ubwiherero
··············
het toilet

umusarani wo gusutama
··············
het hurktoilet

igikono cy'ubwiherero bwo
mu nzu
··············
de/het bidet

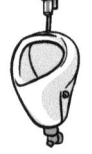

aho bihagarika
··············
het urinoir

papiyejenike
··············
het toiletpapier

uburoso bwo mu bwiherero
··············
de toiletborstel

uburoso bw'amenyo

de tandenborstel

korogati

de tandpasta

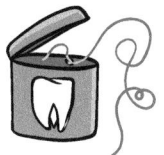

akagozi ko kwihaganyuza
amenyo

het flosdraad

gukaraba

wassen

akamishagira amazi ku
mubiri bafata mu ntoki

de handdouche

ubwogero bw'amazi yisuka

de toiletdouche

wabo bakarabiramo intoki

de waskom

uburoso bwo kwitsiritisha
mu mugongo

de rugborstel

isabune

de zeep

sabune yo mu bwogero

de douchegel

isabune yo kumeshesha
umusatsi

de shampoo

icyangwe cyo kwiyuhagiza

het washandje

uyobora amazi yanduye

de afvoer

ikimuri

de creme

umubavu

de deodorant

ikirori cyo mu ntoki

de spiegel

ikirori cyo mu ntoki

de make-upspiegel

urwembe

het scheermes

ifuro ryo kurinda imiburu

het scheerschuim

umuti ukingira imiburu

de aftershave

igisokozo

de kam

uburoso

de borstel

imashini yumisha umusatsi

de haardroger

amarashi y'umusatsi

de haarspray

igishahuro cyo kwitera

de make-up

rujalevure

de lippenstift

verini y'inzara

de nagellak

ipamba

de watten

agasena inzara

het nagelschaartje

umubavu

de/het parfum

agafuka k'ibikoresho byo
mu bwogero

de toilettas

intebe

de kruk

umunzani

de weegschaal

ikanzu yo kujyana mu
bwogero

de badjas

udupfukantoki two
gusukuza

de rubber handschoenen

urubindo

de tampon

udupapuro two
wihanaguza mu bwiherero

het maandverband

ubwiherero bwimukanwa

het chemisch toilet

icyumba cy'abana
de kinderkamer

inzogera y'isaha ikangura
de wekker
igipupe gikoze mu myenda
het knuffeldier
udukinisho tw'imodoka
de speelgoedauto
ikinyuguri
de rammelaar
inzu y'ibipupe
het poppenhuis
impano
het cadeau

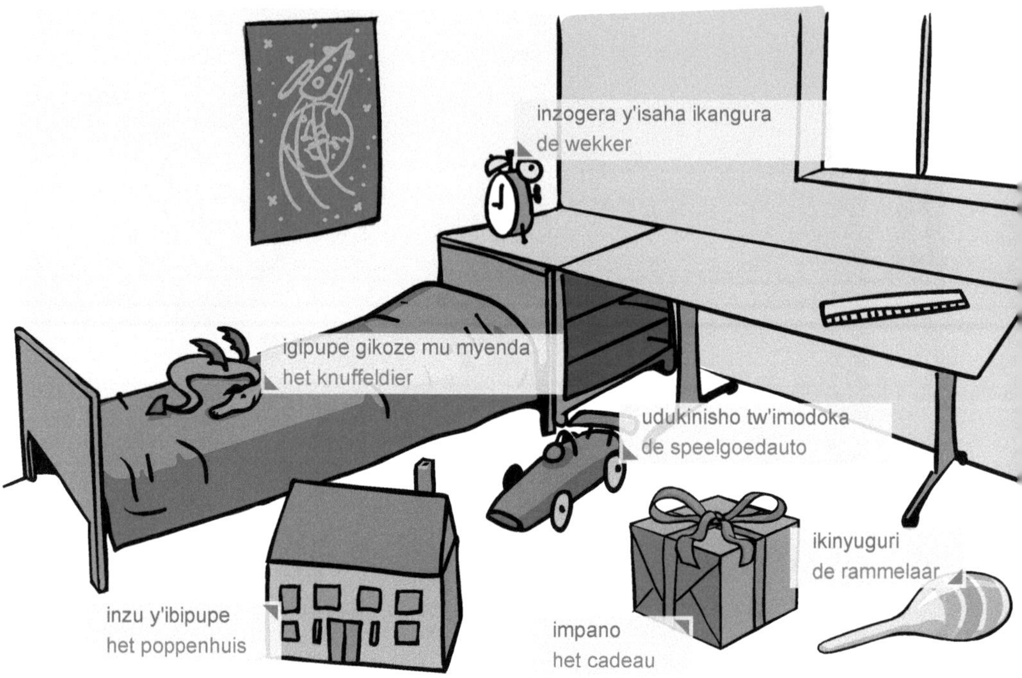

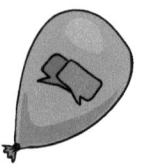

ballon

de ballon

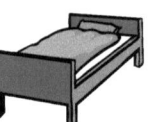

igitanda

het bed

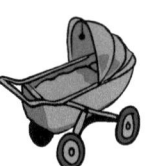

agapusipusi

de kinderwagen

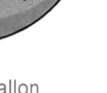

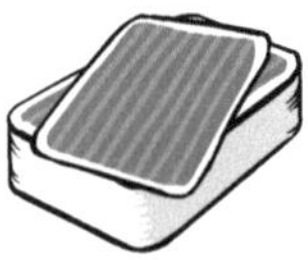

amakarita

het kaartspel

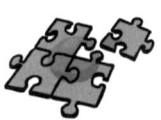

kubaka ishusho bacagaguye

de puzzel

SUPER MEGA

inkuru isetsa

het stripverhaal

gucomekanya udutafari

de legostenen

udutafari tw'udukinisho

de speelgoedblokken

igikinisho

het actiefiguurtje

ipinjama y'uruhinja

de romper

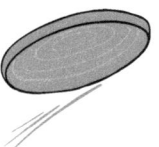

gutera indege

de frisbee

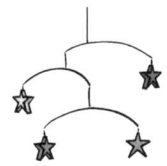

terefoni ngendanwa

de/het mobile

imikino yo kuganiriraho

het bordspel

igisoro

de dobbelsteen

gariyamoshi y'igikinisho

de modeltrein

ikinyonyo

de speen

umunsi mukuru

het feestje

arubumu

het prentenboek

umupira

de bal

agapupe

de pop

gukina

spelen

igikarito cy'umucanga

de zandbak

urwicundo

de schommel

ibikinisho

het speelgoed

agasanduku k'imikino yo
kuri videwo

de spelcomputer

akagare k'imipine itatu

de driewieler

igipupe k'ibyoya

de teddybeer

akabati k'imyenda

de kleerkast

imyambaro

de kleding

amasogisi

de sokken

amasogisi afatanye n'ikariso

de kousen

kora

de panty

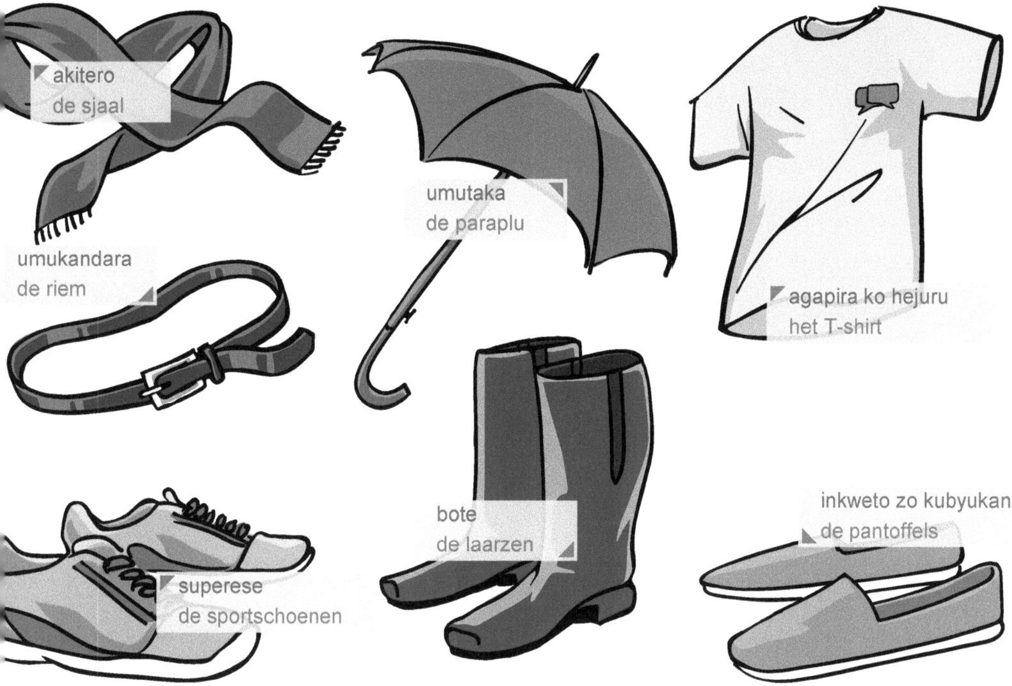

akitero
de sjaal

umutaka
de paraplu

umukandara
de riem

agapira ko hejuru
het T-shirt

inkweto zo kubyukana
de pantoffels

bote
de laarzen

superese
de sportschoenen

isandari
de sandalen

inkweto
de schoenen

bote za kawucu
de rubberlaarzen

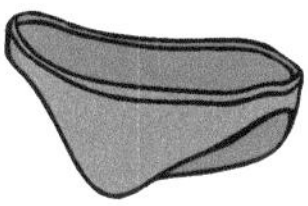

imyenda y'imbere
de onderbroek

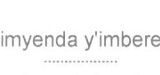

isutiye
de beha

isengeri
het onderhemd

body

de body

ipantalo

de broek

ikoboyi

de spijkerbroek

ijipo

de rok

ishati y'abagore

de blouse

ishati

het overhemd

umupira w'imbeho

de trui

umupira w'ingofero

de hoody

agakoti

de blazer

ijaketi

de jas

ikoti

de mantel

ikoti ry'imvura

de regenjas

umwambaro w'ibikino

het kostuum

ikanzu

de jurk

ikanzu y'abageni

de trouwjurk

kostitimu

het pak

ikanzu yo kurarana

het nachthemd

ipinjama

de pyjama

mukenyero w'abahindikazi

de sari

igitambaro cyo mu mutwe

de hoofddoek

urugori

de tulband

umwitandiro uhisha isura

de boerka

ikanzu ndende

de kaftan

igishura

de abaja

imyenda yo
kwidumbaguzanya

het zwempak

ikariso yo
kwidumbaguzanya

de zwembroek

ikabutura

de korte broek

tereningi

het trainingspak

itaburiya

de/het schort

udupfukantoki

de handschoenen

imyambaro - de kleding

igipesu

de knoop

amadarubindi

de bril

igikomo

de armband

umukufi

de ketting

impeta

de ring

iherena

de oorbel

ingofero

de pet

porutemanto

de kledinghanger

ingofero

de hoed

karuvati

de stropdas

imashini yo ku mwenda

de rits

kasike

de helm

amaburuteri

de bretels

umwambaro w'ishuri

het schooluniform

impuzankano

het uniform

agakingirankonda

het slabbetje

ikinyonyo

de speen

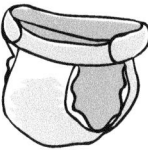

amaranje

de luier

ibiro
het kantoor

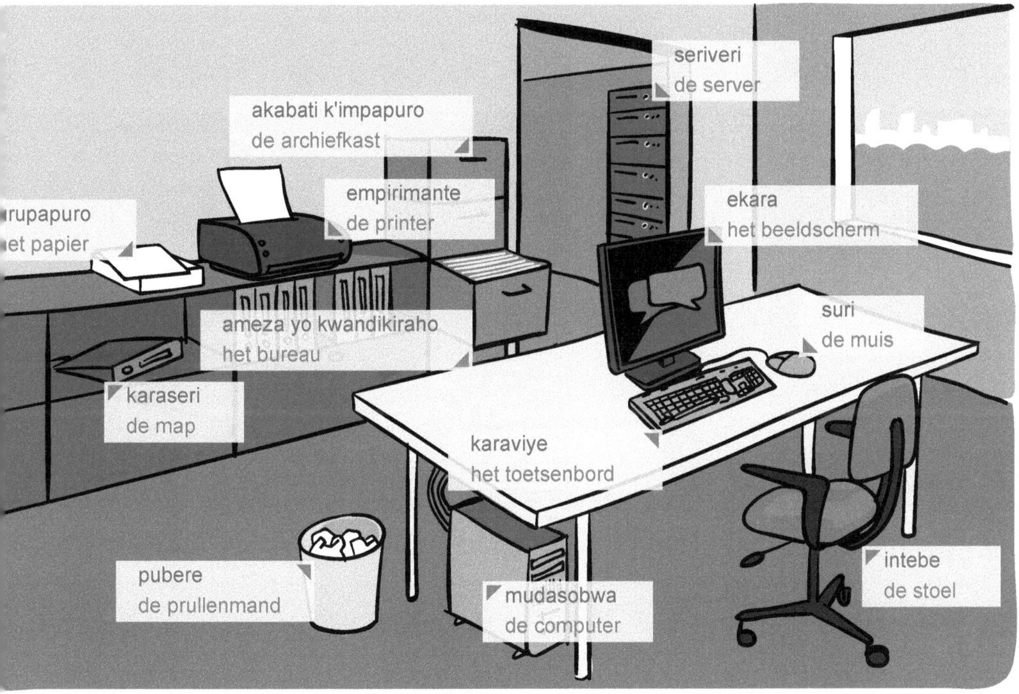

seriveri
de server

akabati k'impapuro
de archiefkast

empirimante
de printer

ekara
het beeldscherm

rupapuro
et papier

ameza yo kwandikiraho
het bureau

suri
de muis

karaseri
de map

karaviye
het toetsenbord

pubere
de prullenmand

mudasobwa
de computer

intebe
de stoel

igikombe k'ikawa

de koffiemok

akabarisho

de rekenmachine

enterineti

het internet

laputopu

de laptop

ibaruwa

de brief

ubutumwa

het bericht

ngendanwa

de mobiele telefoon

netiwake

het netwerk

fotokopiyeze

de kopieermachine

porogaramu

de software

telefoni

de telefoon

purize

het stopcontact

imashini yohereza fagisi

de fax

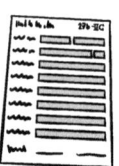

fomu

het formulier

inyandiko

het document

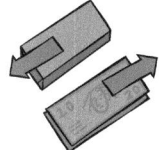

kugura

kopen

kwishyura

betalen

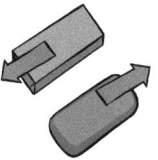

gucuruza

handel drijven

amafaranga

het geld

idorari

de dollar

iyero

de euro

iyeni

de yen

irubure

de roebel

ifaranga ry'irisuwisi

de Zwitserse frank

iriyuwani

de renminbi yuan

irupi

de roepie

icyuma cya banki
babikurizaho

de geldautomaat

ku muvunjayi

het wisselkantoor

zahabu

het goud

feza

het zilver

peteroli

de olie

ingufu z'amashanyarazi

de energie

igiciro

de prijs

kontaro

het contract

tagisi

de belasting

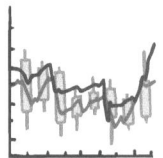

isoko ryo kugura no kugurisha

het aandeel

gukora

werken

umukozi

de werknemer

umukoresha

de werkgever

uruganda

de fabriek

iduka

de winkel

imirimo
de beroepen

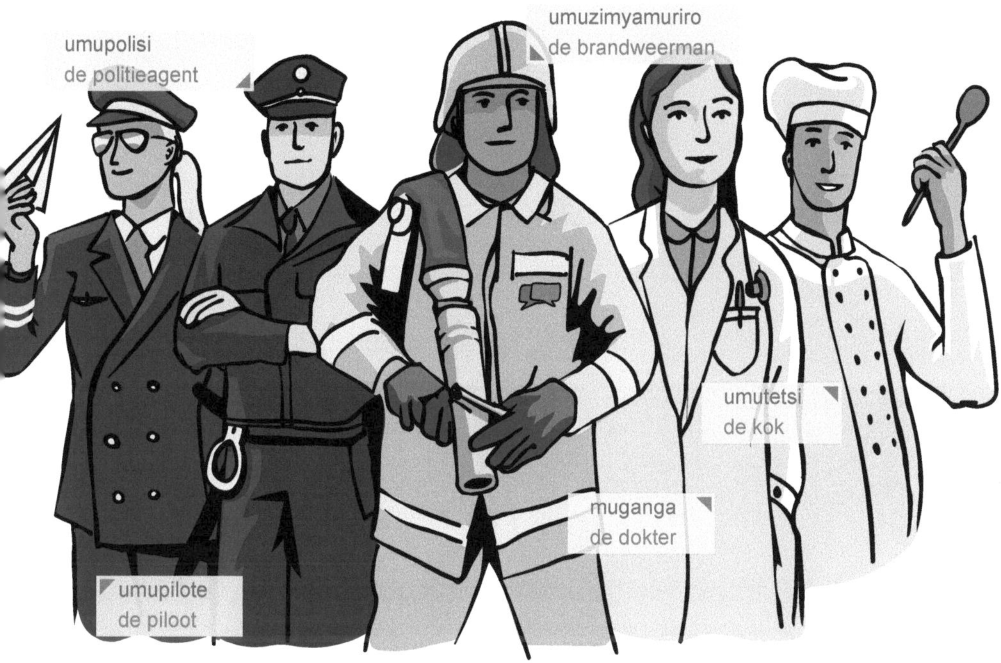
umupolisi
de politieagent
umuzimyamuriro
de brandweerman
umutetsi
de kok
muganga
de dokter
umupilote
de piloot

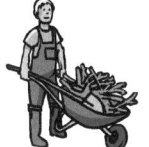

umujaridiniye

de tuinman

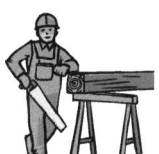

umubaji

de timmerman

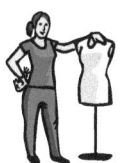

umudozi

de naaister

umucamanza

de rechter

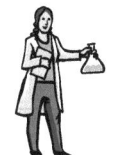

umunyabutabire

de scheikundige

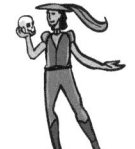

umukinnyi wa filimi

de toneelspeler

umushoferi wa bisi

de buschauffeur

umushoferi wa tagisi

de taxichauffeur

umurobyi

de visser

umugore ushinzwe gukora isuku

de schoonmaakster

umufundi usakara

de dakdekker

umuseriveri

de ober

umuhigi

de jager

umuntu usiga irangi

de schilder

Umuntu ukora imigati

de bakker

Umuntu ukora mu mashanyarazi

de elektricien

umufundi

de bouwvakker

injenyeri

de ingenieur

umubazi

de slager

umutnu ukora mu mazi

de loodgieter

umuparanto

de postbode

umusirikare

de soldaat

umwubatsi

de architect

umubitsi

de kassier

muntu ukora mu by'indabo

de bloemist

kimyozi

de kapper

komvuwayeri

de conducteur

umukanishi

de monteur

kapiteni

de kapitein

muganga w'amenyo

de tandarts

umuhanga muri siyansi

de wetenschapper

rabi

de rabbi

imamu

de imam

umumwane

de monnik

umuyobozi w'idini

de pastoor

ibikoresho
het gereedschap

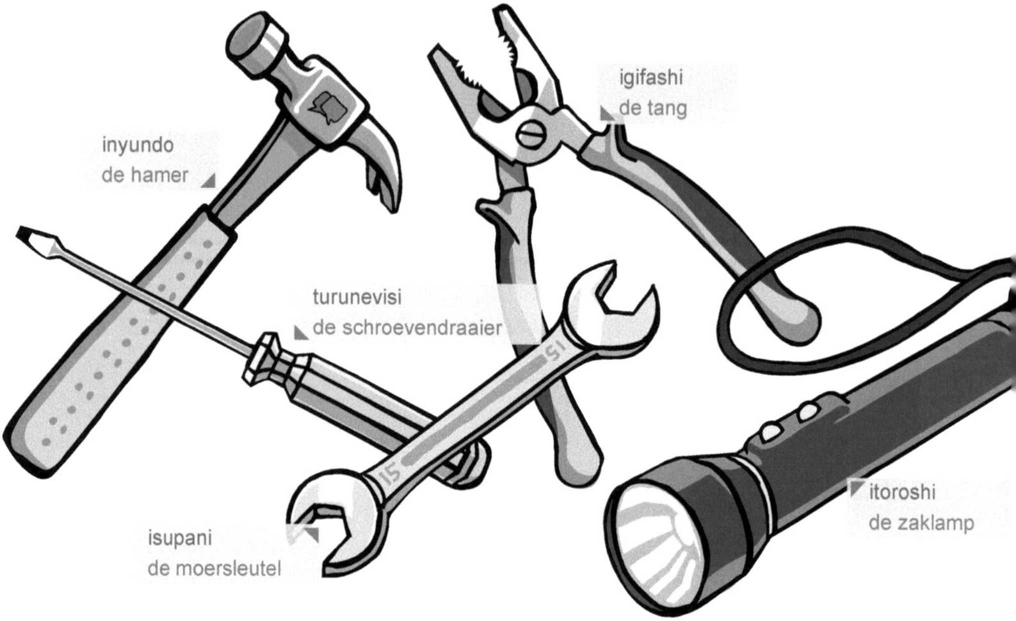

inyundo
de hamer
igifashi
de tang
turunevisi
de schroevendraaier
isupani
de moersleutel
itoroshi
de zaklamp

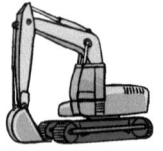

ipiki

de graafmachine

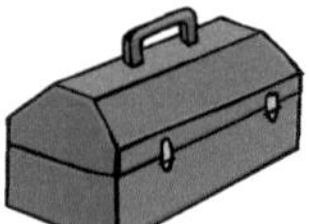

isanduku y'ibikoresho

de gereedschapskist

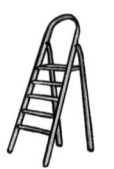

urwego

de ladder

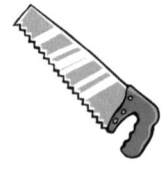

urukero

de zaag

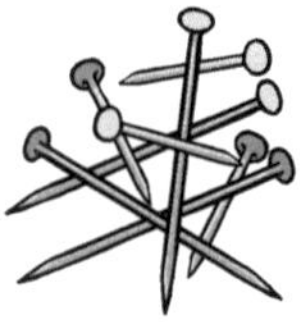

imisumari

de spijkers

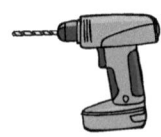

itindo

de boor

gusana
....
repareren

igitiyo
....
de schep

wo gacwa we
....
Verdorie!

igitiyo
....
het stofblik

igikombe k'irangi
....
de verfpot

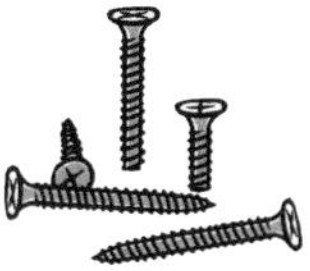

amavisi
....
de schroeven

ibyuma by'umuziki
de muziekinstrumenten

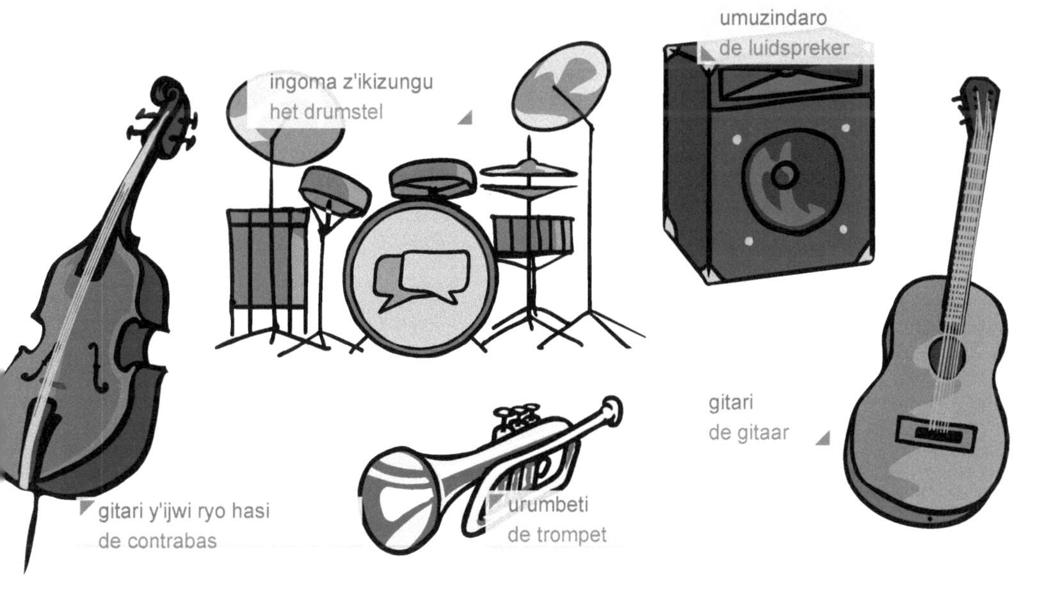

umuzindaro
de luidspreker

ingoma z'ikizungu
het drumstel

gitari
de gitaar

gitari y'ijwi ryo hasi
de contrabas

urumbeti
de trompet

piyano

de piano

iningiri

de viool

gitari idunda

de bas

sembare

de pauk

ingoma

de trommel

inanga ya kizungu

het keyboard

sagisofone

de saxofoon

umwirongi

de fluit

indangururamajwi

de microfoon

zoo

de dierentuin

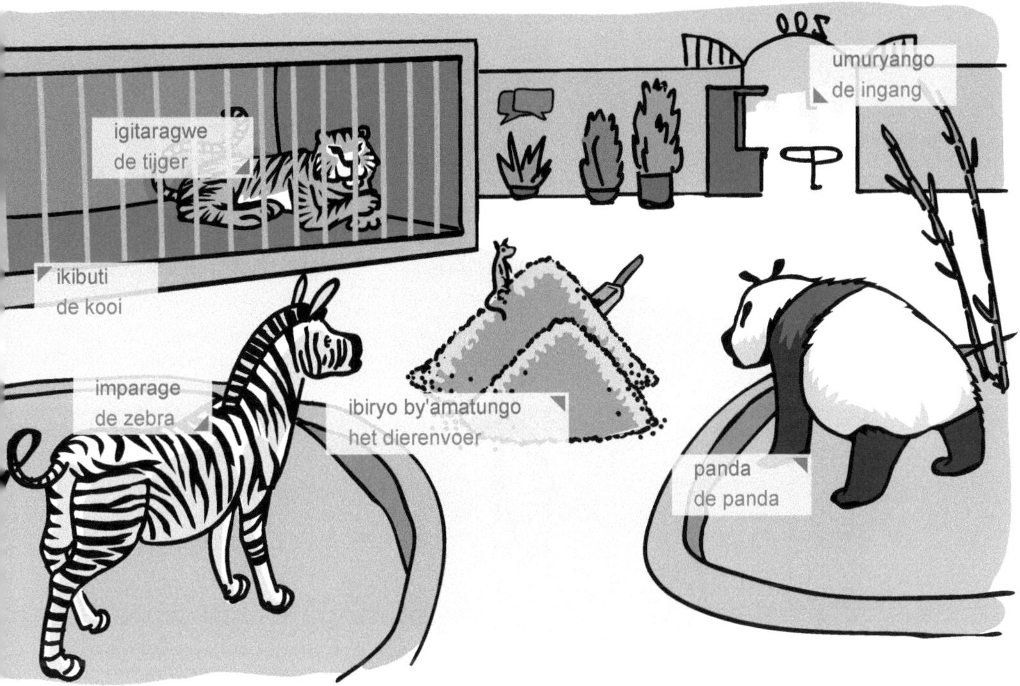

igitaragwe
de tijger
ikibuti
de kooi
imparage
de zebra
ibiryo by'amatungo
het dierenvoer
umuryango
de ingang
panda
de panda

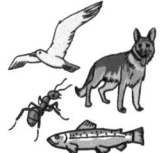

inyamaswa

de dieren

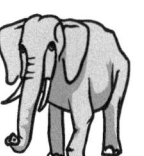

inzovu

de olifant

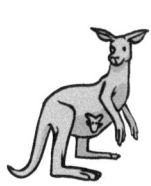

kanguru

de kangoeroe

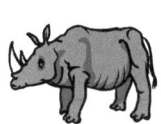

inkura

de neushoorn

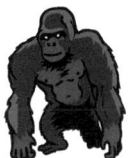

ingagi

de gorilla

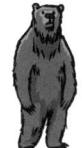

idubu

de beer

ingamiya

de kameel

imbuni

de struisvogel

intare

de leeuw

inguge

de aap

uruyongoyongo

de flamingo

gasuku

de papegaai

idubu yo mu bukonie

de ijsbeer

inyoni yo ku mazi

de pinguïn

igifi kinini

de haai

inyoni y'amasunzu

de pauw

inzoka

de slang

ingona

de krokodil

umurinzi

de dierenverzorger

umuhuri

de zeehond

ingwe

de jaguar

icyana k'ifarasi

de pony

ingwe

de/het luipaard

imvubu

het nijlpaard

umusumbarembo

de giraffe

inkona

de adelaar

isatura

het wild zwijn

ifi

de vis

akanyamasyo

de schildpad

igifi k'imikaka

de walrus

umuhari

de vos

isha

de gazelle

Futuboro y'abanyamerika
American football

gusiganwa ku magare
wielrennen

tenisi
tennis

Basiketi
basketbal

umukino wo koga
zwemmen

umukino w'amakofe
boksen

Hoke yo ku rubura
ijshockey

umupira w'amaguru
voetbal

umukino wa badminton
badminton

abakina imikino
ngororamubiri
atletiek

handibolo
handbal

guserereka kuri neje
skiën

polo
polo

ibikorwa
de activiteiten

guseka
lachen
gusimbuka
springen
guhobera
knuffelen
kugenda
lopen
kuririmba
zingen
kurota
dromen
gusenga
bidden
gusomana
kussen

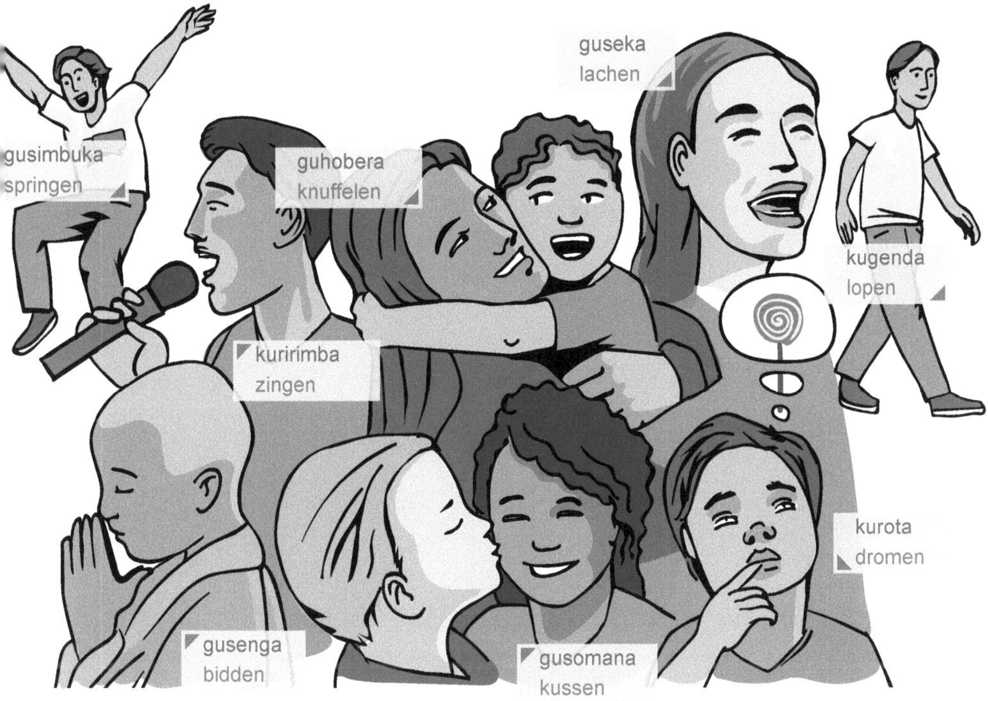

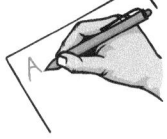

kwandika
schrijven

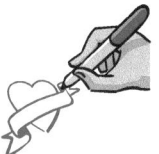

gushushanya
tekenen

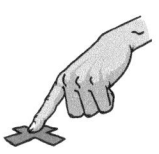

kwerekana
tonen

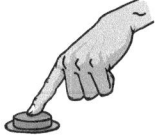

gusunika
duwen

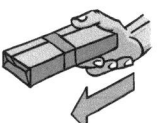

gutanga
geven

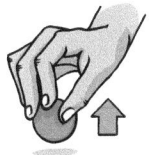

gufata
oppakken

kugira

hebben

gukora

doen

kuba

zijn

guhaguruka

staan

kwiruka

rennen

gukurura

trekken

kujugunya

gooien

kugwa

vallen

kuryama

liggen

gutegereza

wachten

kwikorera

dragen

kwicara

zitten

kwambara

aankleden

gusinzira

slapen

gukanguka

wakker worden

kureba

bekijken

kurira

huilen

kwagaza

strelen

gusokoza

kammen

kuvuga

praten

gusobanukirwa

begrijpen

kubaza

vragen

kumva

horen

kunywa

drinken

kurya

eten

gushyira ku murongo

opruimen

gukunda

houden van

guteka

koken

gutwara imodoka

rijden

kuguruka

vliegen

kugashya

zeilen

kubara

rekenen

gusoma

lezen

kwiga

leren

gukora

werken

kurongora

trouwen

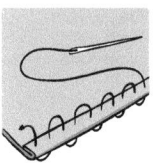

kudoda

naaien

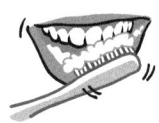

uburoso bw'amenyo

tandenpoetsen

kwica

doden

kunywa itabi

roken

kohereza

verzenden

umuryango
de familie

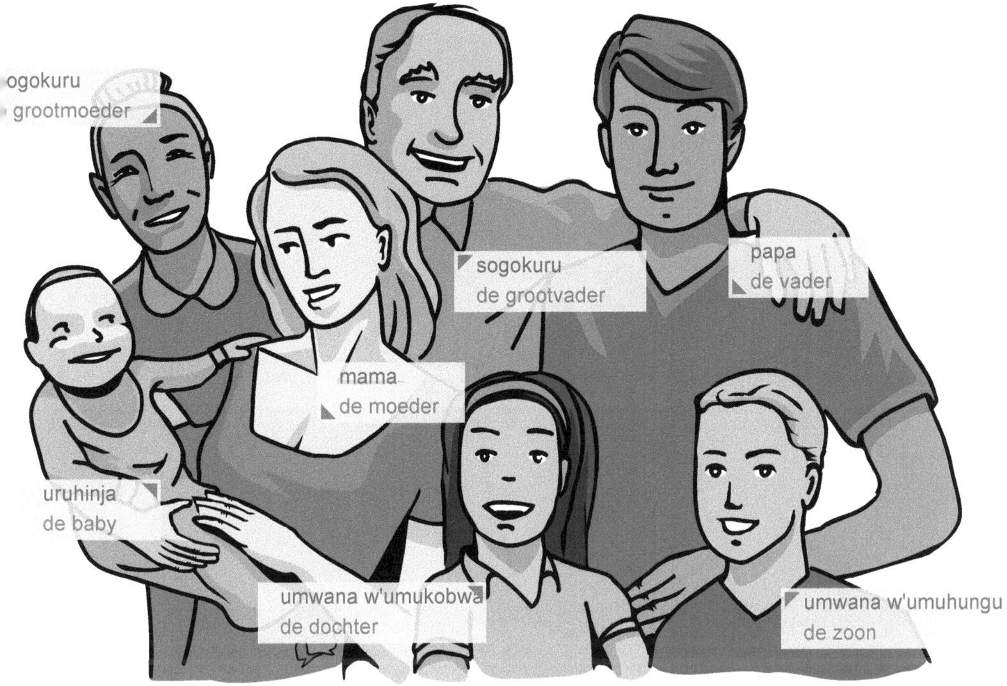
ogokuru
grootmoeder
sogokuru
de grootvader
papa
de vader
mama
de moeder
uruhinja
de baby
umwana w'umukobwa
de dochter
umwana w'umuhungu
de zoon

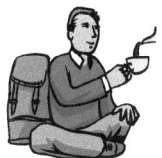

umushyitsi

de gast

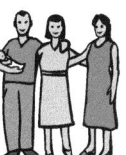

masenge

de tante

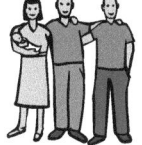

marume

de oom

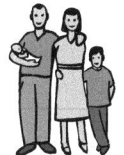

musaza wange

de broer

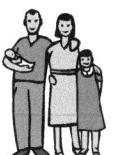

mushiki wange

de zus

umubiri
het lichaam

agahanga k'imbere
het voorhoofd
ijisho
het oog
urutugu
de schouder
urutoki
de vinger
isura
het gezicht
akananwa
de kin
ikiganza
de hand
ukuguru
het been
ibere
de borst
ukuboko
de arm

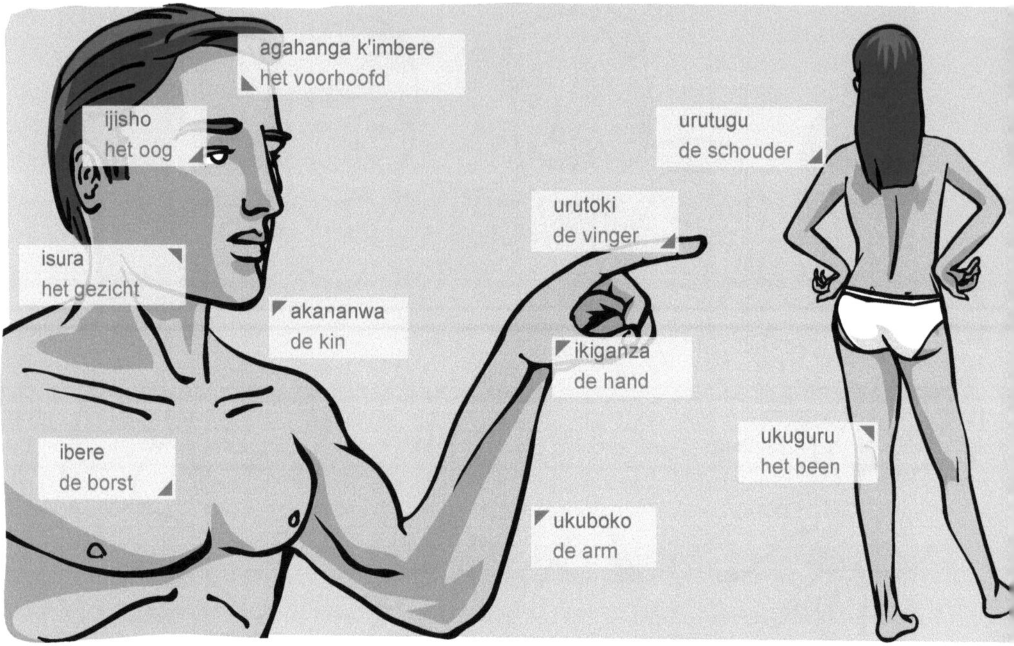

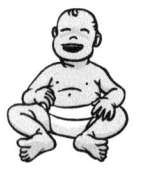

uruhinja

de baby

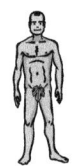

umugabo

de man

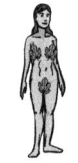

umugore

de vrouw

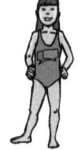

umukobwa

het meisje

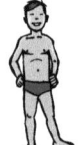

umuhungu

de jongen

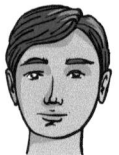

umutwe

het hoofd

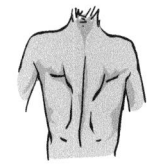

umugongo

de rug

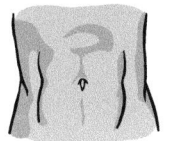

inda

de buik

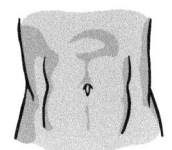

umukondo

de navel

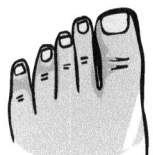

ino

de teen

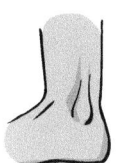

agatsinsino

de hiel

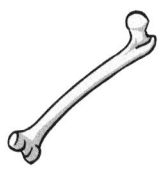

igufa

het bot

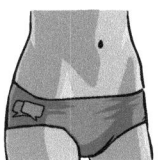

amayunguyungu

de heup

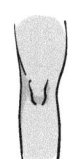

ivi

de knie

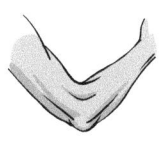

inkokora

de elleboog

izuru

de neus

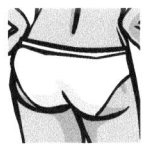

ikibuno

het achterwerk

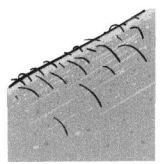

uruhu

de huid

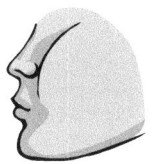

itama

de wang

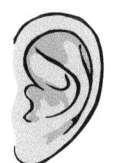

ugutwi

het oor

umunwa

de lippen

mu munwa

de mond

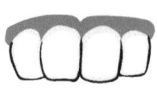

iryinyo

de tand

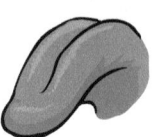

ururimi

de tong

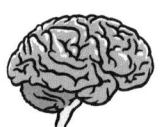

ubwonko

de hersenen

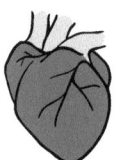

umutima

het hart

umutsi

de spier

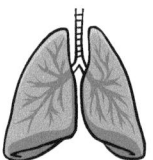

ibihaha

de long

umwijima

de lever

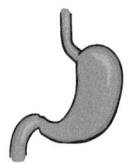

igifu

de maag

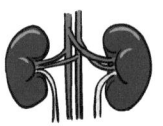

impyiko

de nieren

igitsina

de geslachtsgemeenschap

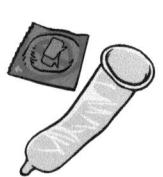

agakingirizo

het condoom

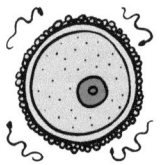

intanga

de eicel

amasohoro

het sperma

gusama inda

de zwangerschap

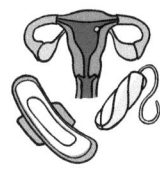

imihango
de menstruatie

igituba
de vagina

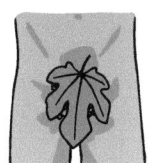

imboro
de penis

ibitsike
de wenkbrauw

umusatsi
het haar

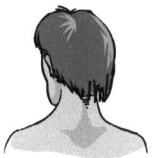

ijosi
de hals

ibitaro
het ziekenhuis

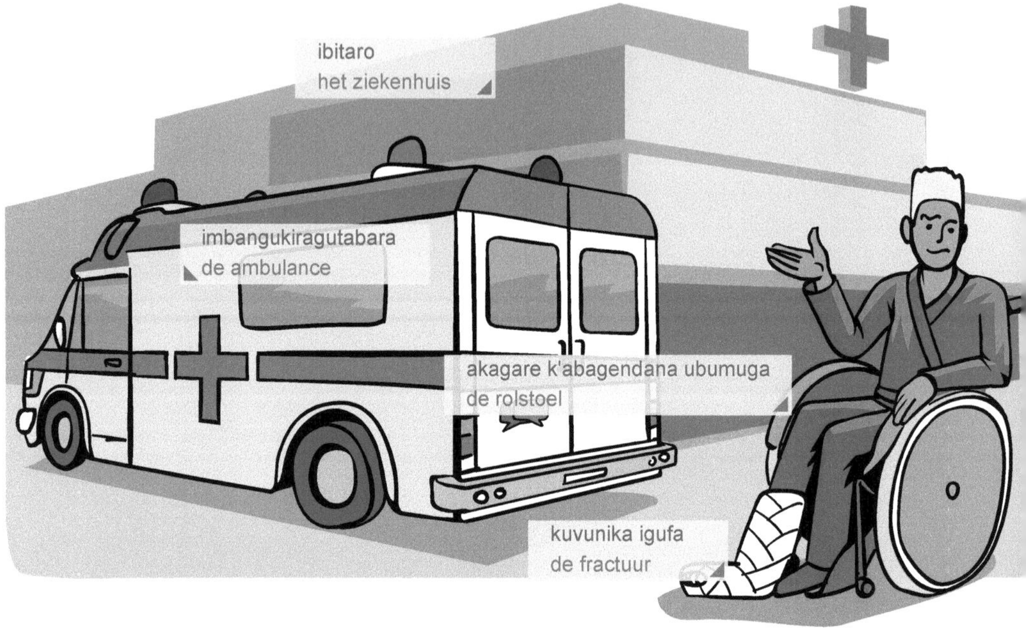

ibitaro
het ziekenhuis
imbangukiragutabara
de ambulance
akagare k'abagendana ubumuga
de rolstoel
kuvunika igufa
de fractuur

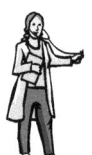

muganga
de dokter

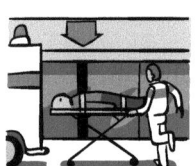

icyumba k'indembe
de EHBO

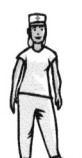

umuforomo kazi
de verpleegster

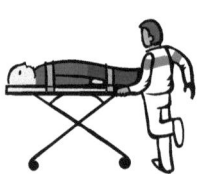

mu ndembe
het noodgeval

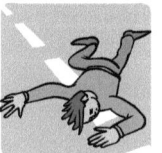

guta ubwenge
bewusteloos

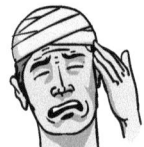

ububabare
de pijn

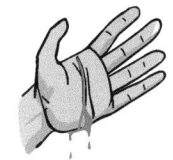

igikomere

de verwonding

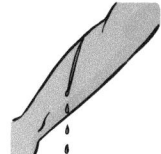

kuva amaraso

de bloeding

gufatwa n'umutima

de hartaanval

kuziba k'udutsi two mu bwonko

de beroerte

kwivumbura k'umubiri

de allergie

inkorora

de hoest

umuriro

de koorts

ibicurane

de griep

impiswi

de diarree

kurwara umutwe

de hoofdpijn

kanseri

de kanker

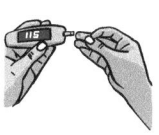

diyabete

de diabetes

muganga ubaga

de chirurg

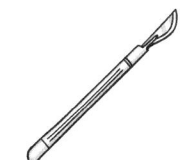

icyuma kibaga umurwayi

het scalpel

kubagwa

de operatie

ibitaro - het ziekenhuis

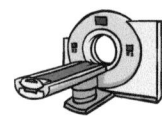

ifoto yo mu cyuma

de CT

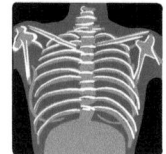

radiyo

de röntgen

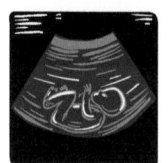

isuzuma rikoresha amajwi

de echografie

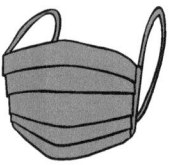

agapfukamunwa

het gezichtsmasker

indwara

de ziekte

icyumba bategererezamo

de wachtkamer

imbago yo kwicumba

de kruk

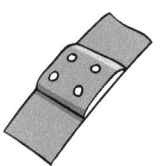

pasema

de pleister

igipfuko

het verband

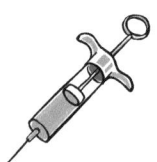

urushinge

de injectie

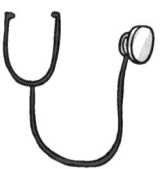

igipimo cy'umutima

de stethoscoop

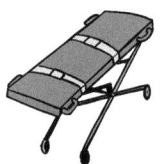

burankari

de brancard

igipimo cy'umuriro

de thermometer

ivuka

de geboorte

umubyibuho ukabije

het overgewicht

unganirangingo y'amatwi

het gehoorapparaat

umuti wica mikorobe

het ontsmettingsmiddel

ubwandu

de infectie

virusi

het virus

Virusi itera sida / Sida

(de) HIV / AIDS

ubuganga

het medicijn

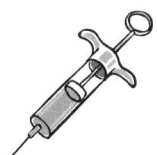

gukingira

de inenting

ibinini

de tabletten

ikinini

de pil

guhamagara byihutirwa

het alarmnummer

igenzura ry'umuvuduko
w'amaraso

de bloeddrukmeter

urwaye / ufite amagara
meza

ziek / gezond

Ntabara!

Help!

inzogera itabaza

het alarm

gusagarira

de overval

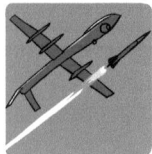

igitero

de aanval

icyateza amakuba

het gevaar

umuryango unyuramo ukiza amagara

de nooduitgang

Inkongi!

Brand!

ikizimyamuriro

de brandblusser

impanuka

het ongeluk

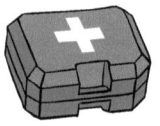

ibikoresho by'ubutabazi bw'ibanze

de EHBO-koffer

induru itabaza

SOS

polisi

de politie

Uburayi

Europa

Amerika y'Amajyaruguru

Noord-Amerika

Amerika y'Amagepfo

Zuid-Amerika

Afurika

Afrika

Aziya

Azië

Ositarariya

Australië

Atalantika

de Atlantische Oceaan

Oasifika

de Stille Oceaan

Inyanja y'Abahinde

de Indische Oceaan

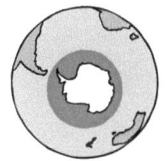

Inyanja y'Antagitika

de Zuidelijke Oceaan

Inyanja y'Arigitika

de Noordelijke IJszee

Amajyaruguru y'Isi

de Noordpool

Amagepfo y'Isi

de Zuidpool

Antaragitika

Antarctica

Isi

de aarde

ubutaka

het land

ikiyaga

de zee

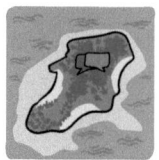

ikirwa

het eiland

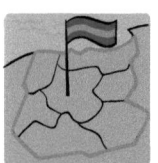

igihugu

de natie

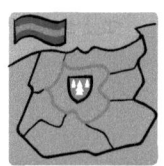

leta

de staat

kadere y'isaha

de wijzerplaat

urushinge rw'amasaha

de uurwijzer

urushinge rw'iminota

de minutenwijzer

urushinge rw'amasegonda

de secondewijzer

ni isaha ki?

Hoe laat is het?

umunsi

de dag

igihe

de tijd

nonaha

nu

isaha y'imibare

het digitaal horloge

iminota

de minuut

amasaha

het uur

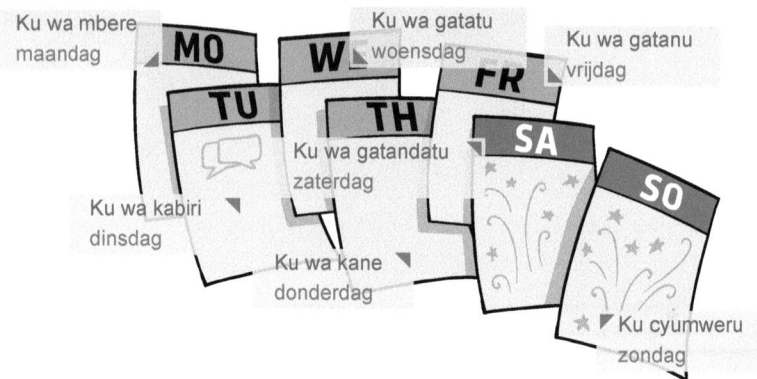

Ku wa mbere — maandag
Ku wa kabiri — dinsdag
Ku wa gatatu — woensdag
Ku wa kane — donderdag
Ku wa gatanu — vrijdag
Ku wa gatandatu — zaterdag
Ku cyumweru — zondag

ejo hashize

gisteren

vandaag

ejo hazaza

morgen

igitondo

de ochtend

saa sita

de middag

ku mugoroba

de avond

iminsi y'akazi

de werkdagen

wikendi

het weekend

imvura
de regen

umukororombya
de regenboog

neje
de sneeuw

umuyaga
de wind

urugaryi
het voorjaar

umuhindo
de herfst

iki
de zomer

igihe cy'ubukonje
de winter

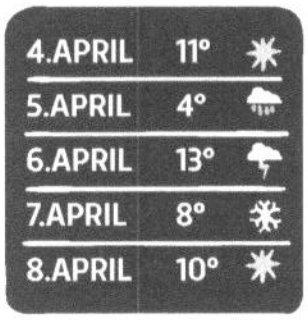

4.APRIL	11°	☀
5.APRIL	4°	
6.APRIL	13°	
7.APRIL	8°	❄
8.APRIL	10°	☀

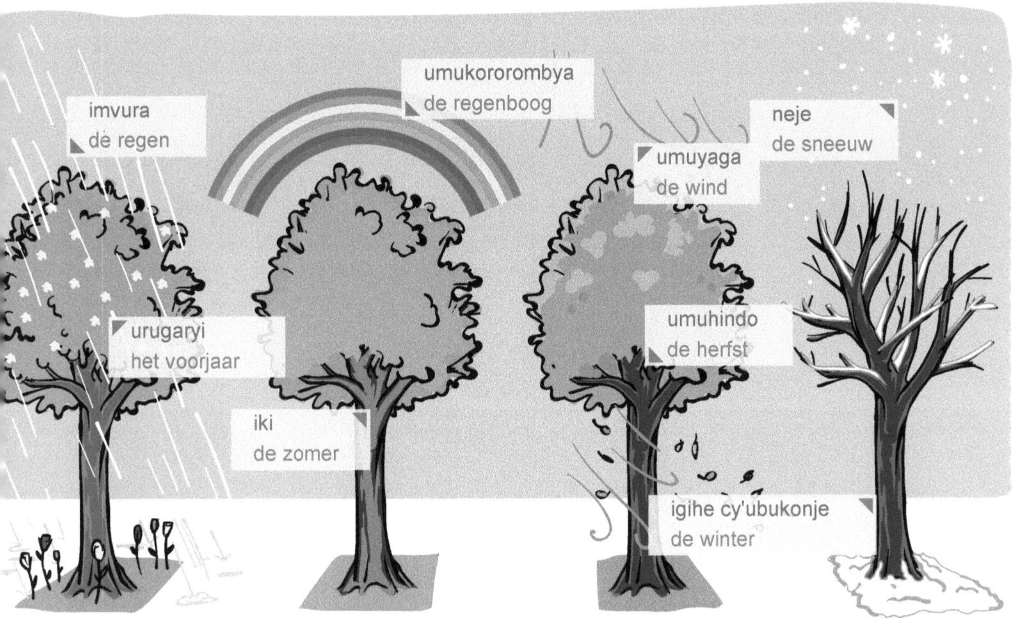

iteganyagihe

het weerbericht

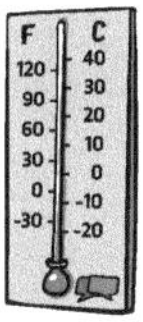

igipimo cy'ubushyuhe

de thermometer

izuba rirashe

de zonneschijn

ibicu

de wolk

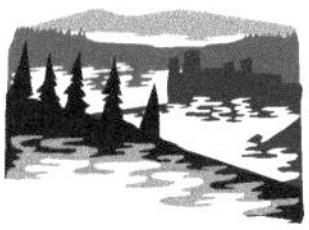

ibihu

de mist

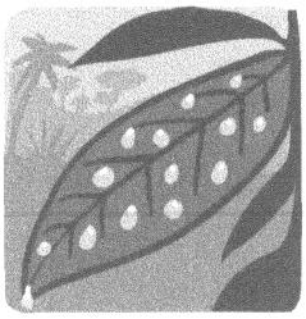

ububobere

de luchtvochtigheid

umurabyo

de bliksem

inkuba

de donder

umuhengeri

de storm

urubura

de hagel

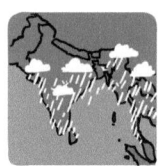

imiyaga ihuha iturutse mu nyanja

de moesson

umwuzure

de overstroming

barafu

het ijs

Mutarama

januari

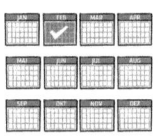

Gshyantare

februari

Werurwe

maart

Mata

april

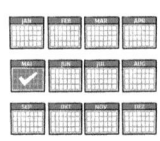

Gicurasi

mei

Kamena

juni

Nyakanga

juli

Kanama

augustus

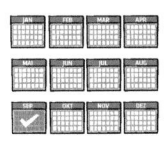

Nzeri

september

Ukwakira

oktober

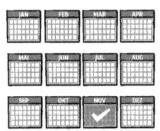

Ugushyingo

november

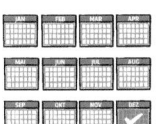

Ukuboza

december

amaforoma
de vormen

uruziga

de cirkel

mpandenye

het vierkant

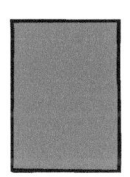

urukiramende

de rechthoek

mpandeshatu

de driehoek

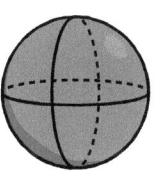

umubumbe

de bol

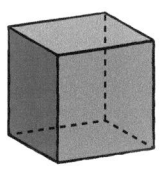

kibe

de kubus

umweru
....
wit

umuhondo
....
geel

oranje
....
oranje

iroza
....
roze

umutuku
....
rood

isine
....
paars

ubururu
....
blauw

icyatsi kibisi
....
groen

igihogo
....
bruin

ikigina
....
grijs

umukara
....
zwart

byinshi / bike

veel / weinig

urakaye / utuje

boos / rustig

mwiza / mubi

mooi / lelijk

intangiriro / impera

begin / einde

kinini / gito

groot / klein

gikeye / kijimye

licht / donker

musaza / mushiki

broer / zus

gisukuye / cyanduye

schoon / vies

kirangiye / kitarangiye

volledig / onvolledig

umunsi / ijoro

dag/ nacht

wapfuye / muzima

dood / levend

hagari / hafunganye

breed / smal

kiribwa / kitaribwa

eetbaar / oneetbaar

umugome / ugwa neza

gemeen / aardig

ushishikaye / warambiwe

opgewonden / verveeld

ubyibushye / unanutse

dik / dun

mbere / nyuma

eerste / laatste

inshuti / umwanzi

vriend / vijand

cyuzuye / kirimo ubusa

vol / leeg

gikomeye / cyoroshye

hard / zacht

kiremeye / kitaremereye

zwaar / licht

inzara / inyota

honger / dorst

urwaye / ufite amagara
meza

ziek / gezond

kemewe n'amategeko /
kibujijwe n'amategeko

illegaal / legaal

umunyabwenge / igicucu

intelligent / dom

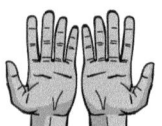

iburyo / ibumoso

links / rechts

hafi / kure

dichtbij / ver

gishya / cyakoze

nieuw / gebruikt

nta kintu gihari / hari ikintu gihari

niets / iets

ushaje / muto

oud / jong

atsa / zimya

aan / uit

gifunguye / gifunze

open / gesloten

ucecetse / usakuza

zacht / luid

ukize / ukennye

rijk / arm

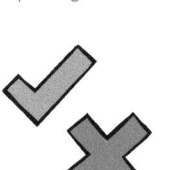

ni byo / si byo

goed / fout

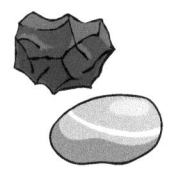

hahanda / hahehereye

ruw / glad

urakaye / wishimye

verdrietig / gelukkig

mugufi / muremure

kort / lang

urandaga / wihuta

langzaam / snel

utose / wumye

nat / droog

ashyushye / ahoze

warm / koel

intambara / amahoro

oorlog / vrede

0

zeru

nul

1

rimwe

één

2

kabiri

twee

3

gatatu

drie

4

kane

vier

5

gatanu

vijf

6

gatandatu

zes

7

karindwi

zeven

8

umunani

acht

9

icyenda

negen

10

icumi

tien

11

cumi na rimwe

elf

12

cumi na kabiri

twaalf

13

cumi na gatatu

dertien

14

cumi na kane

veertien

15

cumi na gatanu

vijftien

16

cumi na gatandatu

zestien

17

cumi na karindwi

zeventien

18

cumi n'umunani

achttien

19

cumi n'icyenda

negentien

20

makumyabiri

twintig

100

ijana

honderd

1.000

igihumbi

duizend

1.000.000

miliyoni

miljoen

Icyongereza

Engels

Icyongereza
cy'Abanyamerika

Amerikaans Engels

Igishinwa k'ikimandarini

Chinees Mandarijn

Igihindi

Hindi

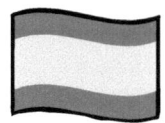

Ikesipanyoro

Spaans

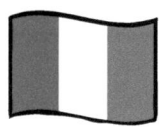

Igifaransa

Frans

Icyarabu

Arabisch

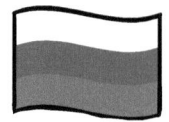

Ikirusiya

Russisch

Igiporutigari

Portugees

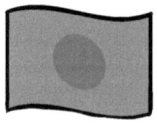

Ikibengari

Bengalees

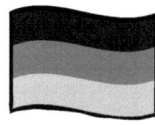

Ikidage

Duits

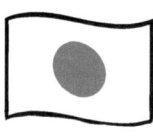

Ikiyapani

Japans

ge

ik

wowe

jij

we / we / we

hij / zij / het

twe

wij

mwe

jullie

bo

zij

nde?

wie?

iki?

wat?

gute?

hoe?

hehe?

waar?

ryari?

wanneer?

izina

de naam

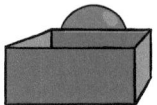

inyuma

achter

mo imbere

in

imbere ya

voor

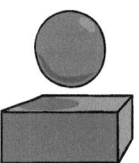

hejuru ya

boven

kuri

op

munsi ya

onder

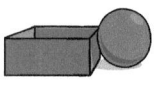

iruhande

naast

hagati

tussen

ahantu

plaats